தரணி ராசேந்திரன்

2012இல் பொறியியலில் பட்டம் பெற்ற இவர் திரைத் துறையில் ஆர்வம் கொண்டு அதில் பயணிக்கத் தொடங்கினார். தன்னாட்சி முயற்சியாக 'ஞானச்செருக்கு' என்ற முதல் முழுநீளப் படத்தை உருவாக்கினார். 2019 தொடங்கி நாற்பதிற்கும் மேற்பட்ட உலக நாடுகளின் திரைப்பட விழாக்களில் சிறந்த படமாக 'ஞானச்செருக்கு' அங்கீகரிக்கப்பட்டது.

இவரின் முதல் நாவலான 'நானும் என் பூனைக்குட்டிகளும்', சிங்கப்பூர் இலக்கிய வட்டத்தில் சிறந்த நாவலாகத் தேர்வாகியது குறிப்பிடத்தக்கது. மேலும் தமிழ்நாடு முற்போக்கு கலை இலக்கிய மேடை 2021ஆம் ஆண்டிற்கான 'அசோகமித்திரன் விருதை' வழங்கி கௌரவித்தது.

கடவுளை தரிசித்த கதை

தரணி ராசேந்திரன்

எதிர்
வெளியீடு

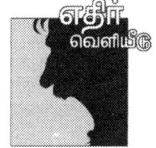

கடவுளை தரிசித்த கதை
தரணி ராசேந்திரன்

முதல் பதிப்பு: ஜனவரி 2022

எதிர் வெளியீடு,
96, நியூ ஸ்கீம் ரோடு, பொள்ளாச்சி – 642 002
தொலைபேசி: 04259 – 226012, 99425 11302

விலை: ரூ. 160

Kadavulai Dharisitha Kathai
Dharani Rasendran

Copyright © Dharani Rasendran
First Edition: January 2022

Published by
Ethir Veliyeedu, 96, New Scheme Road, Pollachi – 2
email: ethirveliyedu@gmail.com
www.ethirveliyedu.in

ISBN: 978-93-90811-92-2
Cover Design: Harisankar
Printed by: Jothy Enterprises, Chennai.

All rights reserved. No part of this book may be reprinted or reproduced or utilised in any form or by any electronic, mechanical or other means, now known or hereafter invented, including Photocopying and recording, or in any information storage or retrieval system, without permission in writing from the Publisher.

சமர்ப்பணம்

எனக்கு கடவுளை காட்டிய அம்மு, மீசை, கருப்பன், வெள்ளையன், பப்லு, ஆரேஞ், டிங்கு, ராணி... இன்னும் அன்பை மட்டும் வெளிப்படுத்த தெரிந்த எண்ணிலடங்கா உயிர்களுக்கு இந்த நூல்.

அன்புடன் நன்றி

சிவரஞ்சனி, உதவி இயக்குனர்
அம்பேத்கர் கிட்டு, உதவி இயக்குனர்
அஸ்லாம், உதவி இயக்குனர்
தில்ஸ் ஆசிப், உதவி இயக்குனர்
குபேந்திரன், உதவி இயக்குனர்
ரஞ்சித் குமார், உதவி இயக்குனர்
ராமஜெயம்

உள்ளடக்கம்

1. *கடவுளை தரிசித்த கதை* | *11*
2. *பனியை போர்த்திக்கிடந்த பூச்சமரம்* | *34*
3. *வாழனு கண்ணு...* | *61*
4. *ரோமன் ரேன்ஸ் எனும் சேவல்* | *70*
5. *ஸுப்ஹாம் ரப்பியல் அளீம்...* | *92*

முன்னுரை

மனிதனின் தேவைகள் கடவுளை கண்டுபிடித்தபோது அவனின் சிக்கல்கள் தீரவில்லை. மனிதனின் தேவைகள் கடவுள் கதைகளை இயற்றியபோதும், வழிப்பாட்டு முறைகளை, மதங்களைத் தோற்றுவித்தபோதும் அவனின் சிக்கல்கள் தீரவில்லை. சிக்கல்கள் தீரப்போவதில்லை. ஏனெனில் மனிதன் கண்டுபிடித்த கடவுளே சிக்கல்தான்.

தனிமனிதனால் சமூக மேம்பாட்டிற்காகவோ அல்லது தன்னலத்திற்காகவோ கடவுளும் அதன் கோட்பாடுகளும் இயற்றப்பட்டிருக்கலாம். ஆனால் அனைத்து தனிமனிதனும் வெவ்வேறு சூழலுக்கும் காலத்திற்கும் கட்டுப்பட்டவன். அவனால் நூறு சதவீதம் இல்லை ஐம்பது சதவீதம்கூட கோட்பாடுகளை பின்பற்ற முடியாது. கோட்பாடுகள் தவறும்போது அவனுக்கு தோதாக கோட்பாடுகளை மாற்ற நினைக்கிறான் அல்லது புது கோட்பாடுகளை எழுதுகிறான். புதிய புதிய கோட்பாடுகள் புதிய புதிய கடவுள்களையும் அதன் தொடர்ச்சியாக மதங்களையும் உண்டாக்குகின்றன.

புதிய கடவுளும் மதங்களும் புதிய நம்பிக்கைகளை ஊக்குவிக்கின்றன. நம்பிக்கைகள் பிறக்கும்போதே மூடநம்பிக்கைகளும் பழக்கங்களும் பிறந்து விடுகின்றன.

நம்பிக்கைகள் வணிகமாக மாற்றப்படும்போது அது அழியா நிலையை எட்டுகிறது. வணிகத்தை பாதுகாக்க, மேம்படுத்த நம்பிக்கைகளை மூலதனமாகக்கொண்டு பிரம்மாண்ட கோவில்கள், திருவிழாக்கள் தொடங்கி அதை தக்கவைக்க அமைப்புகள் வரை அனைத்தும் கட்டமைக்கப்படுகின்றன.

காலப் போக்கில் மனிதன் அவன் கண்டுபிடித்த கடவுள்களை மறந்து போனான்; சிக்கல்களை அல்ல.

இந்தத் தொகுப்பில் ஐந்து சிறுகதைகள் உள்ளன. மதம், நம்பிக்கைகள், மூடநம்பிக்கைகள், பழக்கவழக்கங்கள்

இதற்கிடையில் அவன் தொலைத்த மனிதத்தையும் அதன் உணர்வுகளையும் அடிப்படையாகக் கொண்டு எழுதப்பட்டவை.

கதைகள் அனைத்தும் வாசகனுக்கு ஒருவித பார்வையைக் கொடுக்கும் என நம்புகிறேன். நூலை படித்துவிட்டு என்னிடம் பேச விரும்பினால் தொடர்புக்கு,

தரணி ராசேந்திரன்
98403 72966
r.dharaniraj@gmail.com

கடவுளை தரிசித்த கதை

❒ குரு பகவான் 10ஆம் வீடான ஜீவன ஸ்தானத்திற்கு பெயர்ச்சியாகிவுள்ளார். அதாவது தனுசு ராசியிலிருந்து மகர ராசிக்கு நகர்ந்துள்ளார். சரியா இன்று விடியற்காலை 3.14மணியளவில் குரு இடம்மாறிவுள்ளார். மகர ராசியை பொருத்த வரை ஏழரை சனி நடந்துகொண்டிருக்கும் நிலையில் குருவும் ஜென்ம ராசியிலிருந்து பத்தாமிடத்திற்கு சஞ்சரிப்பது சற்று கெடு பலனை அளிக்கும் முகமாக அமைகிறது...

❒ சென்னை வெள்ளப்பெருக்கு பாதிப்பை பார்வையிட நடுவன் அரசு அதிகாரிகள் தமிழகம் வருகை....

❒ நடப்பு ஆண்டிற்கான குளிர்கால கூட்டத்தொடரை....

❒ தனுசு ராசி அன்பர்களே இனி கவலை படாமல் நினைத்த காரியத்தை வேகமாகவும் விவேகமாகவும் செய்து முடிக்க இந்த வருட குருபெயர்ச்சி உங்களுக்கு பெரிதும் துணை நிற்கும்.

மகர ராசி அன்பர்களே இந்த ஆண்டு குருபெயர்ச்சி உங்களுக்கு சாதகமான நிலையில் இல்லை என்றாலும் கவலை பட வேண்டாம். புதிய வேலையிலோ தொழிலிலோ ஈடுபடாமல் இருப்பது நல்லது. மருத்துவ செலவுகள் கூடலாம். அமைதியாக இருங்கள். துர்க்கைக்கு செவ்வாய் தவறாமல் நெய் விளக்கிடுங்கள். இரண்டு மாதத்தில் தீவிர தன்மை குறையும். குடும்ப ஜோதிடரை அணுகி ஜாதக பலனை கேட்டு அதற்கு தகுந்த முறையில் நடந்துகொண்டால் இந்த வருடத்தை எந்த சேதமுமின்றி கடந்துவிடலாம். கும்ப ராசி அன்பர்களே...

“எத்தன சேனல்ல பாத்தாலு எல்லா ஒன்னுதா. காலைலேயே டி.விய போட்டுட்டு... கோவிலுக்கு போலயா?”

"இரு வாத்தியாரு போன் பண்றன்னு சொன்னாரு. பேசிட்டு போற."

"அவரு இப்போலா பண்ண மாட்டாரு பத்து பதினோரு மணி ஆகும். காலைல அவருக்கு வேலயில்ல உங்களாட்டம் எழுந்தோனே டி.வி முன்னாடி உக்காந்துப்பாங்களா. இந்தாங்க டீய குடிச்சிட்டு கோவிலுக்கு போங்க."

"நீதான்டி கோவிலுக்கு போனும். குரு ஒனக்கு தா சரியில்ல. மகரத்துக்கு நேரம் சரியில்ல. காலைலயே கத்தாத. வாய மூடு. எனக்கு தெரியும்."

***

"வாத்தியாரு போன் பண்ணாரு."

"நா பாக்குற. பிரசாதத்த சாமிகிட்ட வையி."

"ஐயா சொல்லுங்க. கோவிலுக்கு போய்ட்ட. இப்ப தான் வந்தன்."

"சொல்லுங்க. நீ தா காலைலயே கூப்டிருந்த?"

"அதாயா குரு பெயர்ச்சி பலன் கேட்கலாம்னு கூப்புட்டேன். மகரத்துக்கு சரியில்லனு சொல்லுறாங்க. மூத்த பையனுக்கும் பொண்டாட்டிக்கும் மகரம் தான். உங்களுக்கு தா தெரியுமே."

"தெரியும். அதலா ஒன்னுமில்ல. நேத்தியே உன்னோட மாமியாரு வந்தாங்களே. ஒனக்கும் சின்னவனுக்கும் நல்லாயிருக்கு. நீ வீட்டுல கூட்டிட்டு திருச்செந்தூர் முருகன் கோவிலுக்கு போய்ட்டு சாமிக்கு ஒரு அபிசேகம் பண்ணிடு. உன் பையன் பொண்டாட்டி பேர்ல ஒரு அர்ச்சன பண்ணிடு."

"பொண்டாட்டிய பெருமாளுக்கு சனிக்கிழமையும், துர்க்கைக்கு செவ்வாய்க்கிழமையும் விளக்கு போட சொல்லு. அடுத்த மாசம் வளர்பிறைல கேரளா கண்ணூர்ல முட்டு கோவில் ஒன்னு இருக்கு. அங்க போங்க. அங்க தேங்காபூஜ உங்க எல்லா ராசிக்கும் செய்ய சொல்லுங்க. அத செஞ்சா போதும் எல்லா கஷ்டமும் கட்டுப்படும். வேற எத பத்தியும் யோசிக்காத. ஜாதகத்துல எல்லா நல்லமுறையாதாயிருக்கு."

“எங்க பால தூக்கிட்டு போற. வாங்குற ஒரு லிட்டர் பாலையும் நாய்க்கும் பூனைக்குமே ஊத்திடு. ஊரே கோவில்லதாயிருக்கு நீ என்ன செய்யுற. ஒன்னு சரியில்ல ஆரம்பத்துலயே அடிச்சி ஒக்காற வச்சிருக்கனும். திமிரு ஏறிப்போச்சி.”

***

அறுபது வயதை தாண்டியிருந்த பசுபதியும் ஐம்பது வயதை கடந்திருந்த அன்னமும் தங்கள் இரண்டு மகன்களுக்கும் மூன்று ஆண்டுகள் முன்னர் திருமணத்தை முடித்து வைத்திருந்தனர். நடுத்தர குடும்பமான இவர்கள் தங்கள் ஓய்வு காலங்களை எட்டியிருந்தனர். முதுமை இருவரையும் இருவேறு திசைகளில் பயணிக்க கூட்டி சென்றது.

முதுமையின் தளர்வு பசுபதியின் கடவுள் நம்பிக்கையை தீவிரமடைய செய்திருந்தது. பல நேரங்களை புராண கதைகள் கேட்பதிலும் மத குருக்களின் போதனைகளையும் அவர்களின் வழிகாட்டுதலையும் தீவிரமாக பின்பற்றி வருவதில் செலவிட்டார். அவரின் தனிப்பட்ட விருப்பங்களை கடந்து அவரின் சுற்றமும் அவைகளை பின்பற்ற கட்டாயப்படுத்தினார்.

மறுமுனையில் அன்னம் பெரும்பான்மையான இந்திய பெண்களின் வழக்கமான வாழ்க்கை முறையையே கடைப்பிடித்தாள். வீட்டு வேலைகளை பார்த்துக்கொள்வது பிள்ளைகளை கணவனை கவனித்துக் கொள்வது. அவர்களுக்கு புகுத்தப்பட்ட மத நம்பிக்கையின் படி வாரத்திற்கு இருமுறையாவது கோயிலுக்கு செல்வது விசேஷ காலங்களில் வீட்டை சுத்தம் செய்து கடவுள்களை வழிபடுவது, விரதங்களை மேற்கொள்வது என வாழ்ந்து வந்தாள்.

இரண்டு வருடம் முன்னர் ஒரு செவ்வாய்க்கிழமை அருகிலிருந்த துர்க்கை கோயிலுக்கு சென்றாள். பெரும் மக்கள் நெரிசலுக்கு மத்தியில் மடிதொங்கி குட்டிபோட்ட நான்கு ஐந்து நாட்களே ஆன ஒரு கருப்பு நிற நாய் பசியோடு வருபவர்கள் செல்பவர்களை பார்த்தபடி அலைந்து கொண்டிருந்தது.

அன்னம் துர்க்கையை வணங்கி விட்டு கையில் பிரசாதமாக கொடுத்த தயிர் சாதத்தோடு வெளியே வந்தாள். சற்றென

அலைந்து கொண்டிருந்த அந்த நாயை பார்த்து மனமிரங்கி கையிலிருந்த சாதத்தை அதனருகே வைத்து விட்டு சென்றாள்.

பசியில் ஒரே வாயில் வைத்த சாதத்தை முழுங்கிவிட்டு அன்னத்தின் பின்னே ஓடி வந்தது. அதை கண்டுகொண்ட அன்னம் 'ச்சு, ச்சு' என விரட்டினாள். பத்து பதினைந்து அடிக்கு பின்னர் அருகாமையிலிருந்த கடையில் ஐந்து ரூவா ரொட்டி பொட்டலத்தை வாங்கி பிரித்து கொட்டினாள்.

மீண்டும் வெள்ளிக்கிழமை கோயிலுக்கு சென்ற அன்னத்தை கண்டுகொண்ட அந்த நாய் அவளை பின்தொடர்ந்து சென்றது. முதலில் விரட்டிய அன்னம் பின் ஐந்து ரூவா ரொட்டி பொட்டலத்தை போட்டாள். தொடர்ந்து வழக்கமானது. இரண்டு மூன்று முறை அந்த நாய் பின் தொடர்ந்து அன்னத்தின் வீட்டிற்கே வந்துவிட்டது.

பிறகொரு செவ்வாய்க்கிழமையில் கோயிலுக்கு சென்ற அன்னத்தால் அந்த நாயை பார்க்க முடியவில்லை. எங்காவது சென்றிருக்கும் என நினைத்துவிட்டு வீடு திரும்பினாள். தொடர்ந்து வந்த வெள்ளிக்கிழமையிலும் அந்த நாயை அன்னத்தால் பார்க்க முடியவில்லை. கலவையான மன நிலையில் கோயிலை சுற்றிவிட்டு வெளியே வந்தாள். அருகில் பூ விற்றுக்கொண்டிருந்த பூகாரரிடம் நாயை பற்றி கேட்டபோது நாய் வண்டி பிடித்துவிட்டு போய்விட்டதாக தெரிவித்தாள்.

"இங்க வந்து போறவங்க யாராவது புகார் சொல்லி இருப்பாங்க. என்ன பண்ண முடியும். வந்து கயிறு போட்டு இழுத்துட்டு போய்டானுங்க."

இதை எதிர்பார்க்காத அன்னத்தை இனம்புரியாத ஒரு பெரும் சுமை பற்றிக்கொண்டது. வேறெதுவும் சிந்திக்கவோ பேசவோ முடியாமல் வெறுமையான கனத்த மனதோடு வீடு திரும்பினாள்.

அந்த கருப்பு நிற நாயின் பழுப்பு நிற கண்கள் நாள் முழுக்க அன்னத்தை விரட்டிக்கொண்டேயிருந்தது. இரவு சூரியன் இறங்கியவுடன் அந்த நாய் போட்டிருந்த குட்டியை பற்றிய ஞாபகம் அவளுக்கு வந்தது. அதை ஒருபோதும் அன்னம் பார்த்ததில்லை. யாராவது எடுத்து சென்றிருப்பார்கள் என

மனதை தேற்றினாள். பின் ஒரு வித தயக்கத்தோடு சென்று பார்ப்பதாக முடிவெடுத்தாள்.

கோயிலின் நடை சாத்தியிருந்தது. பெரிய சந்தையாக மக்கள் கூட்டத்தால் வழிந்தோடும் வீதிகள் ஆள்அரவமற்று வெறிச்சோடி அனாதையாக கிடந்தது. சாலையோர மஞ்சள் வில்விளக்கின் ஒளி பாதையை விரித்திருந்தது. எலிகளும் பூனைகளும் ஆங்காங்கே பசியோடு கழிவுகளை கிளறியபடி இருந்தன.

கோயிலின் பின்புற வாசலை அடைந்த அன்னத்திற்கு அதற்குமேல் என்ன செய்வது என புரியவில்லை. குட்டிகள் எங்கு இருக்கும் என தெரியவில்லை. வீதியை அங்கும் இங்கும் பார்த்தாள். சாக்கடையையும் கழிவுகளையும் தாண்டி ஒன்றும் புலப்படவில்லை.

சில நொடிகள் நின்ற அன்னம் 'ச்சு, ச்சு' என குரலெழுப்பினாள். எந்த பதிலும் வரவில்லை. வீதி முழுக்க ஒரு முறை குரல் கொடுத்து பார்த்தாள். குட்டிகள் இல்லை என எண்ணி வீட்டிற்கு திரும்ப முடிவெடுத்தாள்.

இரண்டு சிறு குறுக்கு சந்துகளை தாண்டி கோயிலின் முதன்மை வாசல் வீதியை கடந்து கொண்டிருக்க அவளின் வலது பக்கம் பத்தடி தூரத்தில் ஒரு கைவிடப்பட்ட பழைய கடை ஒன்று முக்கால்வாசி சாத்தப்பட்ட இரும்பு கதவோடு நின்றிருந்தது. அன்னம் அதனருகே சென்று குரலெழுப்பினாள். சில நொடிகள் கடந்து சிறு முணுமுணுப்பு கேட்டது. இரண்டு மூன்று முறை குரலெழுப்ப நாய் குட்டிகள் முணுமுணுப்பு என தெரிந்து திடுக்கிட்டாள்.

அவள் கையிலிருந்த அலைபேசியின் விளக்கை எரித்து கடைக்கு உள்ளே பார்க்க இரண்டு மூன்று குட்டிகள் ஒன்றோடு ஒன்று பின்னியபடி முனங்கிக்கொண்டிருந்தன. சில நொடிகள் செயலிழந்த அன்னம் சுற்றும் முற்றும் பார்த்தாள் யாரையும் கண்டுகொள்ள முடியவில்லை. பின் அவளே கதவை திறந்து உள்சென்றாள்.

ஒன்றரை மாதம் கூட கடந்திருக்காத குட்டிகள் சரியாக நிற்கவும் பார்க்கவும் முடியாத நிலையில் ஒன்றை ஒன்று

கட்டிப் பிடித்தபடி பயத்தில் தொடர்ச்சியாக கத்தின. ஆறு குட்டிகள். அதில் மூன்று குட்டிகள் எந்த அசைவுமின்றி உயிரற்று கிடந்தன. மீதமிருந்த மூன்று குட்டிகளும் மெலிந்து மிகவும் பலவீனமாக இருந்தன. நான்கு நாட்களாக தாயின்றி உணவேதுமின்றி தவித்து கொண்டிருந்த குட்டிகளை அன்னம் அவள் வீட்டிற்கு தூக்கி சென்றாள்.

பசுபதி "உனக்கெதுக்கு தேவயில்லாத வேல சும்மா வர வேண்டியதுதானே" என்றார். "ரெண்டு நாள்ல யார்கிட்டயாவது கொடுத்துடலாம்" என்றாள் அன்னம். பசுபதி பெரிய எதிர்ப்பை காட்டாமல் சென்றுவிட்டார்.

அன்னம் தட்டில் பால் கொண்டு வந்து வைத்தாள். அவர்கள் வீட்டின் கீழ்த்தளத்தில் வண்டி நிறுத்துமிடத்தில் ஒரு மூலையில் தரையில் இரண்டு கோணிகளை விரித்து சில தடுப்புகளை வைத்து குட்டிகளை அங்கு விட்டாள். குட்டிகள் பாலை குடிக்கவில்லை பயத்திலிருக்கும் சிறிது நேரம் கழித்து குடித்துவிடும் என அன்னம் விளக்கை அணைத்துவிட்டு கதவை தாழிட்டாள்.

நடுஇரவு வரை குட்டிகள் கத்தியபடியேயிருந்தன. பசுபதி தூங்கமுடியவில்லை என முனங்கியபடி உறங்கினார். அன்னத்தால் தூங்க முடியவில்லை. நடுஇரவு தாண்டி குட்டிகளை சென்று பார்த்தாள். குட்டிகள் பாலை குடிக்கவில்லை. மூன்றும் ஒரு மூலையில் முடங்கிக்கிடந்தன.

காலை பூத்தது. குட்டிகள் எந்த அசைவுமின்றி கிடந்தன. அந்த மூன்று குட்டிகளின் உயிரும் அமைதியாக பிரிந்திருந்தது. மரத்துபோன அந்த உடல்களை தொட அன்னத்தால் முடியவில்லை. அவளின் ஆற்றல் மொத்தமாக வற்றி போனதாக தோன்றியது. அவளை அறியாமலும் அவள் கண்ணிலிருந்து நீர் கசிந்தது. பெரிய சிரமத்திற்கிடையே மூன்று குட்டிகளையும் அருகிலிருந்த குப்பை தொட்டியில் போட்டுவிட்டு வந்தாள்.

***

"வாத்தியாரு பேசுனாரு, திருச்செந்தூர் போய்ட்டு வர சொன்னாரு. உடம்ப ஒழுங்கா பாத்துக்கோ. உடம்ப பாரு எப்படி ஒல்லியா ஆயிட்ட. நாயும் பூனையும் உன்ன

16

நம்பியாயிருக்கு. எல்லாத்தையும் விடு. வர வருமானம் எல்லாத்தையும் அதுங்களுக்கே செலவு பண்ணுற. குடும்பத்த பாரு. புள்ளைங்கள பாரு. காலைலேயே பால தூக்கிட்டு போற."

***

அந்த மூன்று குட்டிகளின் இறப்பிற்கு பிறகு அன்னத்தின் வாழ்க்கை முறை மெதுவாக மாற தொடங்கியது. அதன் பிறகு அவள் செல்லும் வழியெல்லாம் ஆதரவற்று நிற்கும் உயிர்களாகவே அவள் கண்ணில் பட்டன.

நாய் பூனைகளுக்கு முடிந்ததை வாங்கி போடுவாள். மாடியில் புறாக்களுக்கும் காக்கை குருவிகளுக்கும் நெல் அரிசிகளையும் நீரையும் வைக்க தொடங்கினாள்.

கடந்து வந்த இந்த இரண்டு வருடத்தில் கிட்டத்தட்ட தனி ஆளாக ஐம்பதிற்கும் மேலான தெரு நாய் பூனைகளுக்கு தினமும் உணவிட்டு கொண்டிருந்தாள். ஐம்பதிற்கும் மேற்பட்ட புறாக்களும் காகங்களும் குருவிகளும் அவள் மாடியை வட்டமிடும். நாளில் பெரும் பகுதியை அவைகளுக்காகவே செலவிட்டாள்.

ஆரம்பத்தில் கண்டுகொள்ளாத பசுபதி நாளடைவில் பெரிய எதிர்ப்பை காட்ட தொடங்கினார். "இது தேவயில்லாத வேல. குடும்பத்துக்கு நல்லதில்ல" என தினமும் அவளிடம் சண்டை பிடிக்கத் தொடங்கினார்.

பசுபதியை கடந்து சமூகமும் பெரிய எதிர்ப்பை காட்ட தொடங்கியது. "அவ அசிங்கம் செய்யுறா. தெருவெல்லா நாய்ங்க பெருத்து போச்சி. நிம்மதியா இருக்க முடியுல" என கொச்சைப்படுத்தியது. ஆனால் அன்னத்தை எதுவும் நிறுத்தவில்லை. தொடக்கத்தில் பசுபதியிடமும் மற்றவர்களிடமும் எதிர்த்து சண்டையிட்டவள் காலப்போக்கில் அனைவரையும் கடந்து செல்ல பழகிப்போனாள். அவள் உள்ளம் அவதூறு பேச்சுகளையும் வலிகளையும் தாங்கிக்கொள்ள பழகிப்போனது.

கடந்த ஒரு வருடமாக அன்னமும் பசுபதியும் பெரிதாக எதுவும் பேசிக்கொள்வதில்லை. பேசினாலே அது இது தொடர்பான வாக்குவாதமோ அல்லது சண்டையுமாகவே இருக்கும்.

***

“இப்ப என்ன? நீங்க போய்ட்டு வாங்க. எனக்கு உடம்பு சரியில்ல. அவ்வளவு தூரம் வர முடியாது.”

“என்ன உடம்புக்கு? எனக்கு தெரியும் யா உன்னால வர முடியாதுனு. நீ கோவிலுக்கு போய் எத்தன வருஷமாகுது. சாமி தான்டி நம்மள காப்பாத்தும். இப்போ நேரம் வேற சரியில்ல. என்ன கோவப்படுத்தாத. நல்லாயிருந்த எப்போ சனிய இந்த நாய்களுக்கு சோறு வைக்க ஆரம்பிச்சியோ அப்போவே கெட்டு போய்ட்ட.”

“சரி கத்தாதிங்க. மேசைல சாப்பாடு வச்சிருக்கே போய் சாப்டுங்க.”

“நாளைக்கு கௌம்பு போய்ட்டு வரலாம்.”

“அதா சொன்னனே உடம்பு சரியில்லன்னு. நீங்க வேணா போய்ட்டுவாங்க.”

“ஏ லூசு, லூசு மாதிரி பேசுற. நாய் பின்னாடி சுத்தி நாய் மாதிரி ஆய்ட்ட. நாய் பொழப்பு பொழைக்குற. வீட்டுக்கு அடங்குலனா வீட்ட விட்டு வெளிய போ.”

“சரி போற.”

“போறியா... எங்க போவ வெளிய போனாதா தெரியும் நாறி போய்டும்.”

இந்த வித கொச்சைப்படுத்தல்கள் அன்னத்திற்கு புதிதல்ல. ஆனால் அவள் மனம் தற்போதெல்லாம் ஒரு பெரும் உடைப்பை நிகழ்த்த வேண்டி காத்துக்கொண்டிருக்கிறது.

அவளுக்கு குடும்ப வாழ்க்கை எந்த ஒரு மகிழ்வையும் நிம்மதியையும் கொடுப்பதில்லை. அவளை அது உணர்ந்து கொள்ளவும் முயற்சிக்கவில்லை. புரிதல்களையும் விடுதலையையும் நோக்கி அவள் தள்ளப்பட்டு கொண்டிருந்தாள்.

பசுபதி வழக்கம் போல் அவர் உடல் ஆற்றல் சற்று இறங்கும் வரை கத்திவிட்டு வெளியே சென்று விட்டார். அவர் அமைதியை இழக்கும் சமயங்களில் அவர் தனது மெய்ஞானம் மற்றும் ஆன்மீக குருவாக ஏற்றுக்கொண்ட திருமைலையிலிருக்கும் மஹரிஷி பத்மநாத்தை சந்திக்க சென்று விடுவார்.

“நா ஏற்கனவே சொன்னதுதான். உன்னால அத ஏத்துக்கும் பக்குவம் வரும் வரை காத்திரு. வேத கூற்றுப்படி மனைவியோட அடிப்படை கடமை கணவனை அவன் மனம் கசக்காதபடி பார்த்துக்கொள்வது. கணவனே அவளின் கடவுள். இதில் தவறும் மனைவி அந்த தகுதியை இழக்கிறாள்.

நீ ஒரு கணவனா தந்தையா உன்னோட கடமைய சரியா செஞ்சிட்ட. நீ உன்னோட இறுதி காலத்த எட்டியாச்சி. இனி உன்ன சுத்தியிருக்கும் உறவுகள் மேல இருக்கும் எல்லா பற்றையும் துறந்துடு. எல்லா தேவையையும் எதிர்பார்ப்பையும் துறந்துடு. கடவுளை தரிசிக்கும் வழிய தேடு. அத நோக்கி போ. அடுத்த பிறவி வேண்டான்னு கடவுள நோக்கி கையேந்தி கெஞ்சி நில்லு. இறுதி மூச்சு வரை கடவுள மறக்காம நினைச்சிட்டிரு.

எந்த இடத்துல உன்னோட மனசு அமைதியடையுதோ, நீ எந்த இடத்துல நிம்மதிய உணர்றியோ அங்க உன்னோட காலத்த கழி. நீ வீட்லந்து இங்க வரும் போது எப்படி வந்த. இப்போ எப்படி உணர்ற.

உன்னோட காதுல விழுதா அந்த மெல்லிய மந்திர வார்த்தைகள்? உன்ன சுத்தி ஒலிக்கும் சங்கீதத்த உன்னால கேக்க முடியுதா? இந்த இடத்துல வீசும் வாச்சத்த நுகரமுடியுதா? காத்துல உலவும் அந்த நீர்துளிகள உணர முடியுதா?

கடவுள தேடி போ. கடைசி மூச்சுக்குள்ள கடவுள தரிசிக்க முயற்சி.”

பசுபதி மனம் அமைதியடைந்தது. அவர் எந்த கனத்தையும் உணரவில்லை. ஏதோ ஒரு தெளிவிற்கு வந்தது போல் எண்ணினார். வீட்டை அடைந்த அவர் அந்த பொழுதை அன்னத்திடம் எதுவும் பேசாமல் கழித்தார்.

காலையில் பிரம்மமுகூர்த்தத்தில் எழுந்த பசுபதி அவர் குரு சொன்ன வழியில் செல்ல தீர்மானித்தார். நேராக குளியல் அறைக்கு சென்று தலை முழுகினார். பூசை அறைக்கு சென்று தீபத்தை ஏற்றினார். கழுத்தில் பெரிய ருத்ராட்ச மாலைகள் அணிந்த அவர், இடுப்பில் ஈர வேட்டியுடன் நேராக வாசலுக்கு

வந்து சாலையின் மத்தியில் சூரியன் எழும் திசையாக ஒரு குவளை நீரை தலைக்கு மேலிருந்து தரையில் கொட்டினார்.

பின் படி ஏறி பூசை அறையை அடைந்த அவர் உடலில் திருநீரை பூசிக்கொண்டு தோள்பையில் ஒரு மாற்று வேட்டியும் துண்டையும் எடுத்துக்கொண்டு திருச்செந்தூர் கோவிலை நோக்கி தன் சந்நியாச பயணத்தை தொடங்கினார்.

அன்னம் எதையும் கண்டுகொள்ளவில்லை. தன் இயல்பில் இருந்தாள். அவளை சுற்றி ஒரு வெறுமையும் அமைதியும் நிலவியது. வழக்கம் போல் நாய் பூனைகளுக்கு எலிகளுக்கும் உணவிட்டுக்கொண்டிருந்தாள்.

பறவைகளுக்கும் அணில்களுக்கும் விதைகளை பழங்களை தூவினாள். செடி, கொடி, மரங்களை பராமரித்தாள்.

***

ஒரு வாரம் சுழன்றோடியது. ஒரு நாள் மதியம் திடீரென பசுபதி வீட்டிற்குள் நுழைந்து காச்சி மூச்சி என கத்த தொடங்கினார். அவருக்கு மூச்சு வெகுவாக இறைத்தபடியிருந்தது. கண்கள் கடுமையாக சிவந்திருந்தன.

“என்ன... வீட்டுக்காரன ஒரு வாரமா காணோமே தேடணும் பாக்கணும் தோணல. நாப்பது வருசம் ரத்தத்த கொடுத்து உழைச்சி உன்னையு புள்ளைகளையும் காப்பாத்துன. உட்டுட்டுபோனா போதும்னு இருக்கியா. வருமானம் வருதுன்னு திமுரா. வீட்டு வாடக எல்லாத்தையும் கட் பண்ணுற. அப்பறம் சோத்துக்கு என்ன பண்ணுவ. அப்பற நா தேவ படுவல.”

அன்னம் பதில் ஏதும் பேசவில்லை. பசுபதிக்கு சக்கரையும் இரத்த கொதிப்பும் ஏறியிருந்தன என அவளுக்கு புரிந்தது. பசுபதியே சிறிது நேரம் கத்திவிட்டு படுக்கை அறைக்கு சென்று சாய்ந்துவிட்டார்.

மாலை ஒரு நான்கு மணிக்கு எழுந்து அவர் நேராக சமையல் அறைக்கு சென்று பார்த்தார். அன்னம் மீன் பொறித்து குழம்பும் வைத்திருந்தாள். வேக வேகமாக அனைத்தையும்

திண்ணத் தொடங்கினார். சிறிது நேரம் கழித்து ஆவேசம் அடங்கிய பசுபதி அவர் குருவை பார்க்க சென்றார்.

“சந்நியாசம் போறது சுலபமில்லை. பஞ்சு மெத்தையிலேயே படுத்திருந்த உடம்பு கல் தரையிலையும் புழுதி மண்ணுலையும் படுக்க சிரமப்படும். மூனு வேல கறி சோறு திண்ண உன்னால கிடைச்சத திண்ணு உயிர் வாழ முடியுமா. முதல உன்னோட மனச பக்குவப்படுத்து. கொஞ்ச கொஞ்சமா எல்லா தேவையையும் ஆசையையும் கட்டுப்படுத்து. சிவ மந்திரத்தையும் ராம நாமத்தையும் விடாம சொல்லி பழகு. அமைதிய உணரு.”

“சாமி எனக்கு இன்னொரு பிறவி தேவயில்ல. கடவுள் பாதத்த அடையனு சாமி....சாமி...மி...”

“கண்கலங்காத அமைதிய உணரு ராம்... ராம்... ராம்ம்...”

“சாமி என்னால வீட்ல தங்க முடியாது. இந்த மடத்துல ஒரு ஓரமா தங்கிக்குற. உங்களுக்கும் கடவுளுக்கும் பணிவிட செய்யுற.”

“இந்த மடம் பொதுவானது. எல்லாரும் எப்ப வேணுனாலு வரலாம். ஆனா எங்க இருக்கோனு முக்கியமில்ல. எங்க இருந்தாலு கடவுள் நினைவாயிருக்கனும். நீ கடவுள மறந்ததாலதான் திரும்ப வீட்டுக்கு போன.”

“புரியுது சாமி. நா எல்லா தேவையையும் விட்டிடுவன்.”

“உன்னோட உதடு ராம் ராம்னு சொல்லி பழகட்டும்.”

***

அன்றிலிருந்து பசுபதி அவரால் முடிந்தவரை ராம நாமத்தையும் சிவ மந்திரத்தையும் உச்சரிக்க தொடங்கினார். உணவு பழக்கத்தை கட்டுப்படுத்த முயற்சித்தார். அவர் அன்னத்துடன் பேசுவதை முற்றாக தவிர்த்தார். அவர் தேவைகளை அவரே பார்க்க முயற்சித்தார். நாளில் பாதி நேரம் மடத்திலேயும் மீதி நேரம் வீட்டிலேயும் கழித்தார்.

தினமும் பிரம்மமுகூர்த்ததில் எழுந்து குளித்துவிட்டு சிவ மந்திரத்தை சூரியன் எழும் வரை உச்சரிப்பார். பின் மடத்திற்கு

சென்று அங்கு கொடுக்கும் வேலைகளை செய்வார். பிறகு மாலை வீடு திரும்பி ராம நாமத்தை உச்சரிப்பார். இரவு எட்டு மணிக்குள் உறங்க சென்று விடுவார்.

நாட்கள் நகர்ந்து கொண்டிருந்தன. அன்னத்தையும் பசுபதியையும் பார்க்க ஒரு ஞாயிற்றுக்கிழமை அவர்களின் இரண்டாவது மகனும் மருமகளும் ஊரிலிருந்து வந்தனர். பசுபதி அவர்களுடன் பெரிதாக எதுவும் பேசவில்லை. அன்னம் அவர்களுக்காக மதியம் கோழி பிரியாணி செய்து வைத்தாள்.

மாலை மடத்திலிருந்து திரும்பிய பசுபதியை அந்த வாசம் தீண்டிவிட்டது. அவரை கட்டுப்படுத்த பெரிதும் சிரமப்பட்டார். ராம் ராம் என விடாமல் உச்சரித்தபடி அவர் அறைக்குள் சென்று தாழிட்டு கொண்டார். பின் சில மணி நேரம் கழித்து வெளியே வந்தவர் சமையல் கட்டிற்கு சென்று சிறிது தயிர் குடித்துவிட்டு பசியை கட்டுப்படுத்த நினைத்தார்.

சமையல் அறைக்கு சென்ற அவர் நேராக பிரியாணி குண்டானை திறந்து விட்டார். பெரிய சிரமத்திற்கிடையே ஒரு வாய் மட்டும் சுவைத்து பார்க்க எண்ணி பின் குண்டானில் கால்வாசியை தின்று விட்டார். பெரிய குற்ற உணர்வு பசுபதியை தொற்றிக்கொண்டது. ராம நாமத்தை மனதில் உச்சரித்தபடியே அவர் குருவை சந்திக்க ஓடினார். குரு செய்தியை கேட்டுவிட்டு சிரித்தார். "வேணுனா இன்னொரு தட்டு சாப்புடு" என்றார்.

"சாமி கடவுள் தப்பா நெனச்சிக்க போறாரு. மன்னிச்சிடுங்க சாமி மன்னிச்சிடுங்க. அங்க வீட்டுல நிம்மதியில்ல சாமி. நா சீக்கிரமா சந்நியாசம் போகனும் கடவுள பாக்கனும் அவர் பாதத்துல சேரனும். நா முழு நேரமும் இங்கேயே தங்கி பணிவிட செய்யுற. சாமி ஏத்துக்கோங்க என்ன ஏத்துக்கோங்க ஒதுக்கிடாதிங்க சாமி" என பசுபதி மன்றாடினார்.

வீட்டு மாடியில் அன்னமும் அவள் மகன் மருமகளும் கூடி பேசிக்கொண்டிருந்தார்கள்.

"நீ ஏம்மா இவ்வளவு சோகமா இருக்க. உனக்கு என்ன கவல. எங்க கூட வந்து கொஞ்ச நாள் ஓய்வெடேன்."

"நா வந்துட்டா என்ன நம்பியிருக்குற எல்லாரையும் யார் பாத்துப்பா."

"இனி உனக்கு என்ன வேல. அப்பாவ அவர் பத்துப்பாரு. அவர் தா எப்போவு கோவில் கோவில்னு சுத்துறாரே. நீ எங்க கூட வந்துரு."

"சரி இப்போ என்ன கொஞ்ச நாள் போகட்டும் பாத்துக்கலாம்."

அடுத்த நாள் காலை வந்தவர்கள் ஊர் திரும்பினார்கள். அன்னம் அவள் வழக்கமான வேலைகளில் மூழ்கினாள்.

அன்னம் அவள் வீட்டிலிருந்து பத்து கிலோமீட்டர் தொலைவில் இருக்கும் சிறிய தனியார் விலங்குகள் காப்பகத்திற்கு மாதத்திற்கு ஒரு முறையோ அல்லது இரண்டு முறையோ சென்று பார்ப்பாள். தன்னால் முடிந்த நிதி உதவியை செய்வாள். அவளை அங்கு வேலை செய்பவர்களுக்கு மருத்துவர்களுக்கு உரிமையாளர்களுக்கு என அனைவருக்கும் தெரியும்.

அன்று அவள் காப்பகத்திற்கு சென்ற போது இரண்டு இளைஞர்கள் வண்டியில் மாட்டி உயிருக்கு போராடி கொண்டிருந்த ஒரு பூனையை தூக்கி வந்தார்கள். அவசரமாக சிகிச்சை கொடுக்க வேண்டும் என படபடத்தார்கள். மருத்துவர் ஒருவர் விரைந்து வந்து பூனையை சோதித்தார். கஷ்டம் உயிர் போய்டும் வாய்ப்பில்ல என்றார். இதை கேட்ட அன்னம் ஏன் முயற்சித்து பாருங்க என்றாள்.

"இல்ல மா என்ன சொல்ல...சரி இருங்க."

வேகமாக முதல் உதவிகள் ஆரம்பிக்கப்பட்டன. உடலில் இரத்தங்கள் துடைக்கப்பட்டு உயிரை தக்க வைக்கும் அவசர மருந்துகள் உடலில் செலுத்தப்பட்டன. உயிர்வளி நாசியில் புகுத்தப்பட்டது.

"பாக்கலாம் மா. ஒரு மணி நேரத்துல முன்னேற்றம் இருந்தா அடுத்து என்ன பன்னலாம்னு பாக்கலாம்."

அன்னம் அமைதியாக வெளியே வந்து இருக்கையில் அமர்ந்து கொண்டாள். பூனையை எடுத்துவந்த இளைஞர்கள் வேலை இருப்பதாக சொல்லி திரும்பினார்கள்.

ஒரு மணி நேரம் கழித்து மீண்டும் வந்த மருத்துவர் உயிர் இருப்பதாக சொன்னார். இதய துடிப்பும் வெப்ப நிலையும் சீராக இருப்பதாக தெரிவித்தார். "உடம்புல கழுத்துக்குகீழ எந்த அசைவுமில்ல. எக்ஸ்-ரே எடுத்து பாக்கனும். நம்மகிட்ட வசதியில்ல டி-நகர் இல்ல சைதாபேட்ட கூட்டிட்டு போகனும். ஆள் யாரும் இல்ல மா" என்றார்.

அன்னம் பூனையை பெட்டியில் எடுத்து கொண்டு சைதாப்பேட்டை சென்றாள். எக்ஸ்-ரே தகவல்கள் வந்தன. மீண்டும் காப்பகம் வந்தாள். முதுகெலும்பும் இடுப்பெலும்பும் முறிந்திருக்கு. இனி வாழ்நாள் முழுக்க அசைய முடியாது என்றார். பேசாம ஊசி போட்டுவிடலாம் என்றார். அன்னம் தயங்கினாள். மீள்வதற்கான சாத்தியமே இல்லையா என்றாள். "ஒரு சதவீதம் இருக்கலாம். அதுவும் கஷ்டம் ரொம்ப கவனமா பாத்துக்கனும். இங்க அப்படிலா பாத்துக்க முடியாது. தொற்று நோயும் இங்க அதிகமா பரவும். அதா சொல்லுற ஊசி போட்டுடலான். அதான் பூனைக்கும் நிம்மதி."

சிறிது மௌனத்திற்கு பிறகு அன்னம் "நான் பாத்துக்கிறே. முடியலனா கொண்டு வர" என்றாள். மருத்துவர் எதுவும் சொல்லாமல் சம்மதித்தார். அன்னம் அன்று மாலை பூனையை வீட்டிற்கு எடுத்து வந்தாள்.

பசுபதி பெரும்பான்மையான நேரங்களை மடத்தில் கழிக்க தொடங்கினார். அது பெரிய மாற்றத்தை அவருக்குள் ஏற்படுத்துவதாக உணர்ந்தார். நான்கு ஐந்து மாதங்கள் கடந்திருக்கும். இந்த கடந்த மாதங்களில் ஒரு முறையோ அல்லது இரண்டு முறையோ தான் வீட்டிற்கு வந்திருப்பார். பசுபதி நாள் முழுக்க மந்திரங்களை ஜபித்து வந்தார். தியானத்திலும் விரதத்திலும் நேரங்களை நகர்த்தினார். சாமி சிலைகளை பூஜிப்பதிலும் அபிசேகித்து ஆராதனை செய்வதிலும் நாட்கள் கடந்தன.

***

அன்னத்தின் கருமையான முடிகள் முக்கால்வாசி வெண்மையாக மாறியிருந்தன. 'பப்லு பப்லு' என அன்னம் குரலெழுப்ப முன்னங்கால்களால் உடலை வேகமாக இழுத்துக்கொண்டு வெள்ளை நிற பூனை ஒன்று அவளருகே

வந்தது. அதற்கு கிண்ணத்தில் பாலும், சிறு மீன் துண்டயும் அன்னம் போட்டாள்.

உயிர் பிழைக்காது என அனைவரும் கைவிட்ட பூனையை அன்னம் தேற்றியிருந்தாள்.

நெருக்கடியான பல இரவுகளை அன்னம் எந்த உறக்கமுமின்றி பூனையை காப்பதிலேயே கழித்தாள். பூனையை கொண்டு வந்த முதல் மாதம் பெரும் போராட்டமாக அமைந்தது. அதன் உடலில் எந்த முன்னேற்றமும் தென்படவில்லை. உணவு உட்கொள்வதில் கூட சிக்கலிருந்தது. குழந்தையை பேணுவது போல் மடியில் போட்டு பேணுவாள்.

தினமும் ஆறு ஏழு வேலைகள் பாலை ஊசியால் வாயிக்குள் செலுத்துவாள். ஒரு மணி நேரத்திற்கு ஒரு முறை அவன் படுத்திருக்கும் திசையை மாற்றுவாள். அவன் வெளித்தள்ளும் கழிவுகளை உடனே சுத்தம் செய்வாள். உடலில் இரத்தம் சீராக பாய கால்களையும் மற்ற உடலின் அங்கங்களையும் தினமும் மூன்று நான்கு முறை அசைத்து அழுத்தி இயக்குவாள். வாரத்திற்கு இருமுறை மருத்துவமனைக்கு எடுத்து சென்று குளுக்கோஸ் ஏற்றுவாள். அவனுக்கான மருந்துகளை நேரம் தவறாமல் கொடுப்பாள்.

ஒரு மாதம் கழித்து ஒரு காலை பொழுதில் அன்னம் எழுந்து அவனருகே செல்லும் போது அவன் மெல்லிய குரலில் 'மா' என கத்தினான். அவன் கண்கள் வாழ்க்கைக்கான ஒளியை பாய்ச்சின. அன்னம் வெளிப்படுத்த முடியாத மகிழ்வை அடைந்தாள். அவள் கண் கசிய உடல் முழுக்க நடுக்கம் கண்டது. அவள் அவனுக்கு "பப்லு" என பெயரிட்டாள்.

நாட்கள் நகர பப்லு உடல் தேறினான். அவன் முன்னங்கால்களில் மெதுவாக அசைவை காட்டினான். பின் இடுப்பிற்கு முன் பகுதி வரை இயக்க தொடங்கினான். பின் உடலை இழுத்துக்கொண்டு நகர்ந்தான்.

பப்லு அன்னத்திற்கு ஒரு புதிய உலகை திறந்து கட்டினான். அன்னத்தை பொறுத்தவரை அவள் பப்லுவை தேற்றவில்லை பப்லு தான் அன்னத்திற்கு புதிய வாழ்விற்கான அர்த்தத்தை கொடுத்தான்.

***

ஒரு வருடம் கடந்திருந்தது. பசுபதி மெலிந்த உடலோடு காணப்பட்டார். அமைதியான முகத்தோடு சந்நியாசத்தை முழுதாக ஏற்றுக்கொள்ளும் பக்குவத்தை அடைந்திருப்பதாக நினைத்தார். அவர் கண்கள் கடவுளை தரிசிக்க ஏங்கிக்கொண்டிருந்தன.

"சாமி நா மடத்துலேந்து விடுபடுற. இனி சந்நியாச வாழ்க்கைக்கு என்ன முழுமையா ஈடுபடுத்திக்க உத்தரவு கொடுக்கனும். என்னோட கண்கள் கடவுள பாத்தபடி என் ஆன்மா அவர் பாதம் சேரனும்."

"ராம்...ராம்ம்.... நீ உன்னோட பயணத்த தொடங்கு பசுபதி. இறைவன் அருள் உன்னோட பயணிக்கும். உன் கால் செல்லும் திசைக்கு போ."

"நிம்மதி சாமி."

"ராம், ராம், ராம்ம்..."

பசுபதி தெற்கு நோக்கி அவர் பயணத்தை தொடங்க எண்ணினார். தெற்கில் ராமேஸ்வரம் தொட்டு பின் மீண்டும் வடக்கு காசி அடைந்து தனது இறுதி நாட்களை கழிக்க தீர்மானம் கொண்டார். செல்லும் வழியில் அனைத்து கோவில்களிலும் தீர்த்த ஸ்தலங்களிலும் தங்கி கடவுள்களை வணங்க முடிவெடுத்தார்.

***

மூன்று வருடங்கள் கடந்திருந்தன. அன்னத்தின் இரண்டாவது மகனும் குடும்பமும் வேலையை மாற்றிக்கொண்டு மீண்டும் அன்னத்துடனே வந்து தங்கினர். பப்லு தட்டுத்தடுமாறி நடக்கும் நிலையை எட்டியிருந்தான். அவன் அன்னம் வீட்டின் ஒரு அங்கமாக மாறியிருந்தான்.

அன்னம் பெரும்பான்மையான நேரத்தை தனியார் காப்பகத்திலேயே கழித்தாள். முழு நேர சேவையில் தன்னை ஈடுபடுத்தி கொண்டாள். அன்னம் காலை ஐந்து ஆறு மணிக்கு காப்பகத்தை அடைவாள். அவள் அங்கு கவனித்து வரும் விலங்குகளுக்கு காலை உணவை வழங்கிவிட்டு அவைகளின் இருப்பிடத்தை சுத்தம் செய்வாள். பிறகு

நோய்வுற்ற விலங்குகளுக்கு மருந்துகளை கொடுத்துவிட்டு பின் மேல் சிகிச்சைக்காக எடுத்து செல்ல வேண்டிய விலங்குகளை ஆயத்தப்படுத்துவாள். இந்த வேலைகள் அனைத்தும் முடிவடையவே காலை பதினோரு மணியை கடந்துவிடும்.

அன்னம் கிட்டத்தட்ட முப்பது நாய்கள் முப்பது பூனைகள் எட்டு மாடுகள் இரண்டு குதிரைகளை கவனித்து வந்தாள். இதை தவிர்த்து பத்து பதினைந்து புறா கோழி காகங்களும் இருக்கும். இதில் முக்கால்வாசி விலங்குகளுக்கு மேல் தீவிரமான மருத்துவ மேற்பார்வை தேவைப்படும். மீதம் உள்ள விலங்குகள் உடல் தேறியிருக்கும். தேறிய விலங்குகளை தத்துக் கொடுக்கவோ அல்லது அதை மீட்ட இடத்திலோ விடுவித்து விடுவார்கள். வாழ்நாள் பாதுகாப்பு தேவைப்படும் விலங்குகளை காப்பகத்திற்குள்ளேயே விடுதலையாக விட்டு விடுவார்கள்.

தினம் தினம் கைவிடப்பட்ட விபத்துக்குள்ளான நோய்வுற்ற விலங்குகளின் எண்ணிக்கைகள் அதிகரித்து வந்ததே தவிர குறைந்தபாடில்லை. இதுவரை அன்னம் கவனித்து வந்த எந்த விலங்குகளும் இறந்ததில்லை.

மீண்டும் மதியம் ஒரு மணி அளவில் வீடு திரும்பும் அன்னம் அவள் பகுதியில் உணவுக்காக காத்துக்கொண்டிருக்கும் உயிரினங்களுக்காக உணவை ஆயத்தப்படுத்துவாள். மாலை ஆறு மணிக்கு தொடங்கும் உணவு பரிமாறும் பணி இரவு எட்டு மணிக்கு முடிவடையும்.

அன்னம் தனி ஆளாகவே தினமும் இருநூறு தெரு நாய் பூனைகளுக்கு மேல் உணவிட்டு வந்தாள். தினமும் அன்னத்தின் சேவையைப்பார்த்த சில இளைஞர்கள் அவளுக்கு உதவ தொடங்கினர். மீண்டும் இரவு காப்பகத்திற்கு செல்லும் தேவையிருந்தால் கிளம்பிவிடுவாள். இவ்வாறாக நகர்ந்த நாட்கள் பன்னிரண்டு வருடத்தை சுழற்றி முடித்திருந்தன.

***

குளிர்காலம் தன் வருகையை அதன் முதல் பனி பொழிவால் சுட்டிக்காட்டியது. வடகிழக்கிலிருந்து வீசும் வாடை இமயத்தின் வெண்ணிற சாரல்களை கங்கை கரைக்கு சுமந்து வந்தன.

சலனமற்று ஓடும் கங்கை காலை எழும்பும் சூரிய கதிர்களை உள்வாங்கி கொண்டு காசிக்கு ஒளி ஊட்டியது. காசி சிவந்த காந்தள் அதன் இதழை விரித்தது போல் பூத்து குலுங்கியது. அந்த இதழில் விழும் பனி துளிகளை ஒத்து காசி பனியால் படர்ந்து ஒரு மாய உலகம் போல் காட்சியளித்தது.

சூரியன் மெதுவாக மேலெழும்பி வந்தான். அவன் தீண்டலில் மண்ணுக்குள் பதுங்கியிருந்த வாசம் வெளிவந்து பனியோடு கலந்து தென்றலோடு இணைத்து எங்கும் உலாவியது. காசி விஸ்வநாத ஆலயத்தில் அன்றைய நாளுக்கான முதல் ருத்ர வழிப்பாட்டு மந்திரங்கள் ஓதப்பட்டு வானை முட்டின. பெரிய மக்கள் கூட்டம் கங்கை நதியில் மூழ்கி கரையேறியது. அதில் ஒரு சாரார் கரையோரங்களில் தியானத்தில் வீற்றிருந்த சாதுக்களிடம் அருள் பெற முட்டி மோதிக்கொண்டு விரைந்தனர்.

சாம்பலை போர்வையாக போர்த்தியிருந்த சாதுக்களுக்கு மத்தியில் பசுபதியும் தியானத்தில் வீற்றிருந்தார். அவர் உடல் வெறும் கூடாக மாறியிருந்தது. தலையிலிருந்து விழுந்த மயிர் சடைகள் கொண்டையாக உச்சந்தலையில் நின்றது. தாடிகள் கொத்து கொத்தாக பின்னியபடி மேல் வயிற்றை மறைத்திருந்தன. கழுத்தில் சிறு ருத்ராட்ச மாலை தவிர உடல் முழு அம்மணமாகயிருந்தது.

பசுபதிநாதரின் பார்வை தங்கள் மேல் படுவதற்காக பெரும் மக்கள் கூட்டம் முண்டிக்கொண்டு நின்றது. ஆனால் ஒரு மணி நேரத்திற்கு மேலாக நின்றும் அவர் கண் திறக்காததால் இன்று பாக்கியம் கிட்டவில்லை என கூட்டம் மெதுவாக கலைந்தது.

பசுபதி அனைத்து தீர்த்த ஸ்தலங்களுக்கும் பயணித்துவிட்டு ஒன்பது வருடம் முன் காசியின் கங்கை கரையை அடைந்தார். காசியில் தான் தன்னால் இறைவனை தரிசித்து தன் ஆவியை அவன் பாதத்தில் சேர்க்க முடியும் என நம்பினார்.

காசியை அடைந்த முதல் மாதம் வரை எந்த புரிதலுமின்றி அங்குமிங்கும் அலைந்துதிரிந்த பசுபதி 'காட்' என்று அழைக்கப்படும் கங்கை நதியோரம் அமைந்திருக்கும் ஈம சடங்கு நடைபெறும் இடத்தின் அருகே அகோரி 'சந்நாத்'தை சந்தித்தார்.

எண்பத்தைந்து வயதை கடந்திருந்த சந்தை பார்த்த மாத்திரத்தில் அவரை தன் மோட்ச குருவாக பசுபதி ஏற்றுக்கொண்டார். சந்தின் வழிகாட்டுதலின் படி பசுபதி தீவிரமான அகோரி நிலையை அடைய பயிற்சிகள் எடுக்க தொடங்கினார். அவர் தன் ஆடைகளை முற்றாக துறந்து சாம்பலை உடுத்தினார். அழுகிய மனித உடல்களையும் விலங்குகள் உடல்களையும் புசித்து அதன் மேல் அமர்ந்து தீவிரமாக தியானித்தார்.

தீவிரமான பயிற்சியின் பயனாக பசுபதி நான்கு மணி நேரம் கூட இடைவிடாமல் தியானித்தார். கடும் குளிரும் வீசும் புயல் மழையும் எரிக்கும் வெப்பமும் பசுபதியை நிலைகுலைக்கவில்லை. பசியும் பிணியும் அவரை தீண்டவில்லை. உலக இச்சைகளை கடந்து பசுபதியின் மனம் ஏகமாக நிலைத்தது. அவர் மனதில் கடவுளை தவிர வேறு எந்த சிந்தனையுமில்லை. எம்மானின் தரிசன காட்சிக்காக காத்துக்கிடந்தார். பசுபதி பசுபதிநாதரானார்.

***

"மரம் தா வளருதே தவிர பூக்கவே மாட்டேனுது."

"ஏ பூத்தாதா மரம் வளர்ப்பியா. அதுக்கு தெரியாதா எப்ப பூக்கனும் காய்க்கனுன்னு."

"இதுங்களா நீங்க வச்ச மரம் தானே. நீங்களே சொல்லுங்க அதுங்க எப்போ பூக்கும்னு."

"ம்ம் அதுங்க மகிழ்வா இருந்தா பூக்கும்."

அன்னமும் ஒரு கல்லூரி மாணவியும் காப்பகத்தில் பேசிக்கொண்டிருந்த போது வாசல் வழியாக மகிழுந்து ஒன்று அவர்கள் முன் வந்து நின்றது. மகிழுந்திலிருந்து இறங்கிய ஒருவன் அன்னத்தை பார்த்து "போலாமா மா" என்று அழைத்தான். "நீயும் வாயேன்" என மாணவியை அழைத்துக் கொண்டு மகிழுந்தில் கிளம்பினார்கள்.

காப்பகம் தமிழகம் முழுவதும் அதன் சேவைகளை மேலும் நான்கு கிளைகளாக விரித்திருந்தது. ஐந்தாவது கிளையை திறப்பதற்காக அன்னத்தை பாண்டிச்சேரி அருகே அழைத்து சென்றனர்.

பாண்டிச்சேரி வளாகத்தில் சிறு கூட்டம் சூழ்ந்து நிற்க அன்னத்தின் மகிழுந்து வளாகத்திற்குள் நுழைந்தது. அவள் மகிழுந்தை விட்டு வெளிவந்து கூட்டத்தை நோக்கி நடந்து சென்றாள்.

அவளின் சாந்தமான முகம் சிறு புன்னகையை அவளை வரவேற்கும் கூட்டத்திற்கு வெளிப்படுத்தியது. அன்னம் எழுபது வயதை நெருங்கி விட்டாள். கூட்டத்தின் நடுவே நின்றிருந்த அவளின் யாக்கை மற்றவர்களிடமிருந்து வேறுபட்டு ஒரு வித ஒளியை பாய்ச்சி மின்னிக்கொண்டிருந்தது.

"அம்மா வாங்க. இந்த மரக்கன்ன நீங்க நடனும். உள்ள போலாம்மா."

அன்னம் அவளிடம் கொடுத்த மாங்கன்னை புதைத்து விட்டு நிகழ்ச்சி நடக்கவிருக்கும் மேடைக்கு சென்றாள். ஐம்பது பேர் கொண்ட சிறு கூட்டம் ஒன்று வீற்றிருந்தது.

"வந்திருக்கும் அன்பு உள்ளங்களுக்கு நன்றியும் வணக்கங்களும். இந்த 'உயிர்கள்' அமைப்பு உலகம் மனிதனுக்கானது மட்டுமல்ல என்ற பொதுவிதியை கொள்கையாக கொண்டு இயங்குகிறது.

இதன் முதல் காப்பகம் இருபது வருடங்கள் முன் சென்னையில் தொடங்கப்பட்டது. தற்போது ஐந்து கிளைகளாக விரிந்திருக்கும் காப்பகத்தை அன்னம் அம்மாள் தான் வழிநடத்துறாங்க. இதுவரை தனி ஆளாகவே லட்சக்கணக்கான உயிர்களுக்கு உணவும் மருத்துவ பாதுகாப்பும் வழங்கியிருக்காங்க. ஐம்பதாயிரம் மரங்களுக்கு மேல் நட்டிருக்காங்க. ஒரு வகையில் அவங்களும் இந்த ஞாலத்தின் தாய். அவங்க சேவை..."

நிகழ்ச்சி முடிந்த இரண்டாவது நாள் விடியற்காலையில் அன்னம் தனது வீட்டின் குளியலறைக்கு செல்லும் போது அவள் உடல் அவள் பேச்சை கேட்காமல் நிலை தடுமாறியது. மெல்ல சுயநினைவை இழக்க தொடங்கியவள் தரையில் தொப் என சாய்ந்தாள்.

சத்தம் கேட்டு அருகிலிருந்தவர்கள் ஓடி வந்து தூக்கினார்கள். அவசர ஊர்திக்கு அழைப்புகள் சென்றது. தீவிர சிகிச்சை பிரிவில் அனுமதிக்கப்பட்ட அன்னம் சுய நினைவை திரும்ப பெற்றாள். அவள் மகனை அழைத்து தன்னை காப்பகத்திற்கு

கூட்டி செல்ல சொன்னாள். அவள் குரலின் திடத்தை புரிந்துகொண்ட அவளின் சுற்றம் காப்பகத்திற்கு அன்னத்தை கூட்டி சென்றது.

இதன் நடுவே செய்தி அறிந்து காப்பகத்தினர், தன்னார்வலர்கள் காப்பகத்தில் கூடி விட்டனர். அவசர ஊர்தி காப்பகத்தை அடைந்தது. காப்பகத்தின் விருந்தினர் அறையில் படுக்கை ஒன்று ஆயத்தமாக இருந்தது. அதில் அன்னத்தை கிடத்தினார்கள்.

சூழ்ந்து நின்ற ஆட்களை அன்னத்தின் கண்கள் மென்மையாக பார்த்து புன்னகைத்தன. அவள் உடல் பேசும் வலிமையை இழந்திருந்தது. எல்லா எப்படி இருக்கிங்க என்ற அவளின் சிறு முணுமுணுப்பை கேட்ட கூடி நின்றவர்களில் சிலர் 'ஓ' வென கதறி அழத் தொடங்கினர். சிலரின் அழுகை அனைவரையும் வேகமாக தொற்றி கொண்டது. அறை முழுதும் விசும்பலும் அழுகையுமாக மாறியது.

திடீரென அறைக்கு வெளியே காற்றை கிழித்துக்கொண்டு வானூர்தி ஒன்று தரையிறங்குவது போன்றும் 'கீச்கீச்' என்ற ஒலிகளும் ஒரு சேர கிளம்பி அறையை மோதியது.

அறைக்கு வெளியே சென்று பார்த்த சிலரின் கண்கள் பெரிய அளவில் விரிந்தன. அவர்கள் பார்வையை அவர்களால் நம்ப முடியவில்லை. இதுவரை பூக்காத அனைத்து மரங்களும் செடிகொடிகளும் பருவமில்லாத நிலையில் திடீரென ஒருசேர வண்ணமையாக பூத்திருந்தன. 'கீச்கீச்' என்ற ஒலிகளை பத்து பதினைந்து பழுப்பு மஞ்சள் கருப்பு நிறம் கொண்ட மலை இருவாட்சிகள் அந்த பூத்திருந்த கிளைகளிலிருந்து எழுப்பி கொண்டிருந்தன. பொதுவாக இந்த வகை பறவைகள் மிகவும் அறியது மற்றும் அடர்ந்த மலைக்காடு பகுதிகளை விட்டு வெளிவராதவை. இத்தனை கிலோமீட்டர் பயணித்து நகரத்தின் நடுப்பகுதிக்கு வந்திருப்பது பார்த்தவர்களுக்கு புரியாத வியப்பை கொடுத்தது. இருவாட்சிகளை தொடர்ந்து ஒரு பெரும் கூட்டமாக 'டெர்ன்' என அழைக்கப்படும் கடல் பறவைகள் கிழக்கிலிருந்து பறந்து வந்து ஆங்காங்கே நின்றிருந்த மரங்கள் கட்டிடங்களில் அமர்ந்து அதன் ஒலியை கூட்டாக எழுப்பின. இதை தவிர காகங்களும் புறாக்களும் கருங்குருவிகளும் வானில் வட்டமிட அதற்கு மேலே இருபது இருபத்தைந்து இராசாளிகள்

மேகத்தை மறைத்தபடி சுற்றின. காப்பகத்திற்குள்ளிருக்கும் குதிரைகள் கனைக்க நாய்களும் பூனைகளும் மாடுகளும் மற்ற விலங்குகளும் ஒருசேர தொடர்ச்சியாக கத்தத் தொடங்கின.

அறைக்குள் அன்னம் அம்மாள் எதையோ உணர்வது போல் அவள் முகம் தளர்ந்து பெரும் புன்னகையை வெளிப்படுத்த தொடங்கினாள். மெதுவாக அவள் முகமும் உடலும் ஒரு வித ஒளியை வெளிப்படுத்துவதாக தோன்றியது.

வெளியில் வானிலை எதிர்பார்க்காதபடி வேகமாக மாறிக்கொண்டேயிருந்தது. மேகங்கள் வேகமாக விலகி செல்ல சூரிய கதிர்கள் இயல்பை காட்டிலும் பிரகாசமாக நிலத்தின் மேல் பாய்ந்தது. கண் கூசும் வெளிச்சத்தை உணர்ந்து கொண்டிருந்த நொடிகளில் ‘படபட’ வென மழை துளிகள் வானிலிருந்து விழுந்து நிலத்தை ஈரமாக்கின. காற்றும் வழக்கத்தை காட்டிலும் வேகமெடுத்தது. சூரிய கதிர்களின் பிரதிபலிப்புகள் வானவில்லை உண்டாக்கின.

அறைக்குள் அன்னம் அம்மாள் எதையோ முணுமுணுத்தாள். அருகிலிருந்தவர்களால் அதை புரிந்து கொள்ள முடியவில்லை. “உடம்பு வலிக்குதா என்ன செய்யுது டாக்டர கூப்புடட்டுமாநர்சுஎங்க” என குரல்கள் எழும்ப அன்னம் அம்மாளின் முணுமுணுப்பு அடங்கவில்லை. அவள் “எனக்கு எந்த வலியுமில்லை” என்றாள். சொல்ல போனால் அவள் முகத்தில் படரும் புன்னகை அவள் பெரும் சுகத்தை உணர்ந்து கொண்டிருக்கிறாள் என காட்டியது.

அவளால் அனைவரையும் உயிருள்ள உயிரற்ற இந்த அண்டத்தில் நிகழும் அனைத்தையுமே உணர முடிந்தது. அவள் உடலின் அனைத்து செல்களும் ஒளியை வெளித்தள்ளி ஒரு உடுவாக மாறி மின்னியது. அவள் இந்த ஞாலத்தை கடந்து வெளியை கடந்து பேரண்டத்தை கடந்து புலப்படாத வெளியை உணர்ந்தாள். அவளே அளவிட முடியாத பெரும் வெளிச்சமாகவும் கார் இருளாகவும் மாறி போனாள். அவள் ஒருயிர் தொடங்கி பல்லுயிர்வரை அனைத்திற்குள்ளும் ஊடுருவி நிலைத்தாள். இந்த பேரண்டத்தின் இயங்கு சித்தியாகவும் நேர்மறை அதிர்வாகவும் மாற்றம் கண்டாள்.

இந்த பேரண்ட வெளியின் இரகசியத்தையும் தோற்றத்தையும் கண்டுகொண்டாள். அதனோடு ஒன்றாகக் கலந்து மிளிரினாள்.

தொடர்ந்து அறைக்குள்ளும் வெளியவும் எழும்பிய ஒலிகளும் மழை, காற்றும் சற்றென ஓய்ந்து எங்கும் நிசப்தம் பரவின. அன்னம் அம்மாள் அவள் கண்ணை மெல்லத்திறந்து அனைவரையும் ஒருநொடி பார்த்தாள். கண் சிமிட்டினாள். அடுத்தநொடி வானில் இடிகள் முழங்க காற்றும் மழையும் மீண்டும் பேயாக வீச அன்னத்தின் கண் மேல் நோக்கி சென்றது. அவள் உயிர் இயற்கையாக மாறிப்போனது. அந்த அறையைச் சுற்றி நிகழ்ந்த அனைத்து நிகழ்வுகளும் மாயமாக மறைந்தன. வெளியில் எந்தப் பறவைகளுமில்லை. காப்பகம் அமைதியடைந்தது. வானிலை அதன் இயல்பை மீண்டும் பெற்றது.

***

சிலநாட்கள் கழித்து காசியில் அந்த வருடம் நிகழவிருக்கும் கும்பமேளாவிற்கான ஆயத்தபணிகள் தீவிரமடைந்தன. கூட்டம் கூட்டமாக சாதுக்களும், முனிகளும், மக்களும் கடவுளை தரிசிக்க உலகத்தின் அனைத்து பகுதிகளில் இருந்தும் வந்து குவியத் தொடங்கினர்.

பசுபதியும் ஒருநாள் விடியற்காலையில் காசியின் நடுப்பகுதிக்கு செல்லத் தொடங்கினார். ஒரு குன்றிலிருந்து இறங்கிக் கொண்டிருக்கையில் கால் இடறி கீழே விழுந்தார். விழுந்த வேகத்திலேயே உயிர் பிரிந்தது.

இரண்டு மணிநேரம் கழித்து காகங்களும், நாய்களும் அவர் உடலை இழுத்துக்கொண்டு ஓடின. இழுத்த வேகத்தில் குன்றின் சரிவில் சறுக்கி உருளத்தொடங்கிய உடல் கங்கை நதியில் விழுந்து அடித்துச் செல்லப்பட்டு, உடல் எரிவூட்டுமிடத்தில் கரை ஒதுங்கியது. கரையொதுங்கி மூன்று நாட்கள் அழுகிக் கிடந்த உடலின் சில பகுதிகளை அந்த வழியாகச் சென்ற அகோரி ஒருவன் பிடுங்கித் தின்றான். பின் சில நாட்கள் கடந்து அங்கு தேங்கிக் கிடந்த உடல்களை எரியூட்ட வந்தவர்கள் இரண்டு வாரமாக அழுகிக்கிடந்த பசுபதிநாதரின் உடலையும் தூக்கி நெருப்பில் போட்டனர். வெந்த உடல் சாம்பலாகி காற்றோடு கலந்தது.

***

பனியை போர்த்திக்கிடந்த பூச்சமரம்

"எப்போ வேணுனாலு நடக்கலாம் ஆர்த்தர். என்ன மன்னிச்சிடுங்க. வேற என்ன சொல்லுறதுனு தெரியல."

"நீங்களே இப்படி சொன்னா எப்படி டாக்டர். உங்கள எல்லா நம்பி தான நா வந்தன்."

"ஆர்த்தர்... உங்களுக்கே எல்லா தெரியும். மன்னிச்சிடுங்க. நா கீழ இருக்க. நீங்க டாக்டர் ஈவ்லின பாத்துட்டு கீழ கேண்டின் வாங்க."

"Doctor."

"Arthur please come in... ... ... Arthur..."

"How long has he got doctor?"

"One or two months... Arthur.... sorry we are not yet advanced to cure this ailment..."

"Thank you doctor evelyn. Thank you for the care you gave."

****

ஆர்த்தர் தலைமை மருத்துவரின் அறையை கடந்து அவன் கால் செல்லும் திசையில் பிணமாக நடந்தான். அவனின் கால்கள் உடல் எடையை தாங்கும் வலுவற்று நடுங்கின. பனியின் பொழிவை தாங்க முடியாமல் தாழ்வாரத்தின் வெளிப்புறம் நின்றுக்கொண்டிருந்த பூச்சமரத்தின் கிளைகளும் இலைகளும் விறைத்து உறைந்து கிடந்தன. எங்கு பார்த்தாலும் உயிரற்று கொட்டிக்கிடக்கும் வெள்ளை உறைபனியாகவே இருந்தது.

***

"ஆர்த்தர் நா ஓகிட்ட பொய் சொல்லிட்ட."

"ஏ என்ன பேசுற அமைதியா இரு எல்லா சரி ஆய்டும்."

"ஆர்த்தர் நம்ம பையனுக்கு இப்படிலா ஆகாதில்ல."

"ஏ லூசு ஒனக்கே ஒன்னுமில்லனு டாக்டர் சொல்லிட்டாங்க. பையனுக்கு என்ன. கம்முனு நீ தூங்கி ஏன்ச்சா எல்லா சரி ஆய்டும்."

"ஆர்த்தர்..."

"நவீனா... உடம்பு சரி ஆனோனே நாம கப்பல்ல ஒரு பயணம் போனும். கொஞ்ச நாள் வேற உலகத்துக்கு போற மாதிரி. நா எந்த எடம்னு பாத்து வைக்கிற. எல்லா சீக்கரமா சரி ஆய்டும்."

"ஆர்த்தர் எங்கயு போகாத. கொஞ்ச நேர ஏ கைய புடிச்சிக்கோயே... நா உன்ன நேசிக்குற."

"நா எங்கயு போல. நீ தூங்கு. நாளைக்கு நம்ம வீட்டுக்கு போய்டலாம்."

***

"Give us this day our daily bread,

And forgive us our debts, as we also have forgiven our debtor,

And lead us not into temptation,

But deliver us from evil.

Amen.

...Amen..."

மதகுரு இறுதி அஞ்சலி வார்த்தைகளை உதிர்க்க கூட்டம் ஒவ்வொருவராக அவர்கள் கையிலிருக்கும் பூக்களை நவீனாவின் கல்லறையில் கொட்டிவிட்டு மௌனமாக நகர்ந்துக் கொண்டிருந்தது. பத்தடி தூரத்தில் ஆர்த்தரும் அவன் தோளில் ஆறு வயது சிறுவன் ஒருவனும் எந்த அசைவுமின்றி நகரும் கூட்டத்தையும் நவீனாவின் கல்லறையையும் அமைதியாக பார்த்தப்படி இருந்தனர். நார்வேயின் பனிக்காலம் அதன்

உச்சத்திலிருந்தது. பொழியும் பனி சாரல்கள் அந்த கல்லறை தோட்டத்தை வெண்மையாக மாற்றிக் கொண்டிருந்தன.

***

"Hey thomas everyone says your mom is dead. Is that true? did she go to heaven or hell?"

"My mom is not dead. she is resting under the ground. Our church father promised me that she will come back again with jesus."

"Hey thomas no one can come with jesus."

"..."

***

"அப்பா..."

"சொல்லு டா..."

"இன்னைக்கி ஆடம் சொன்னா அம்மா ஜீசஸ்ஸோட திரும்ப வர மாட்டாங்கனு. உண்மையா?"

"அவன் பொய் சொல்லுறான். ஃபாதர் என்ன சொன்னாரு. அம்மா வருவாங்கனு தான சொன்னாரு. ஃபாதர்லான் பொய் சொல்ல மாட்டாங்க. நீ சிரிச்சிட்டு பழையபடி சந்தோஷமா இருந்தனா அம்மா சீக்கரமா வந்துடுவாங்க."

"என்ன அமைதியா இருக்க?"

"ம்ம் ஒன்னுயில்ல..."

"அப்பா."

"சொல்லு."

"அம்மா சொர்க்கத்துக்கு போயிருப்பாங்களா நரகத்துக்கு போயிருப்பாங்களா?"

***

"என்ன எப்போ கல்யாணம் பண்ணிக்க போற?"

“வீட்டுல வந்து பேசுங்க அம்மாகிட்ட. எதுக்கு தெனமும் தெருவுலையு டீக்கடையிலையு கேக்கனும்.”

***

“தம்பி வீட்டுல யாராவது பெரியவங்கள கூட்டிட்டு வரலாமில்ல.”

“இல்ல அம்மா நவீனாதா உங்ககிட்ட பேச சொன்னா.”

“பொண்ண கல்யாணம் பண்ணிக்கனும்னு சொல்லுற அவ அம்மாவ நீ அம்மானு கூப்புடுற. அதா வீட்டுல யாராவது பெரியவங்கள கூட்டிட்டு வந்து பேச சொல்லுற.”

***

“ஆர்த்தர் நல்ல பையன் எந்த தப்பான விசியமு பழக்கமு இல்ல.”

“ஃபாதர் எங்களுக்கு யாருமில்ல. அப்பா இல்லாத பொண்ணு எல்லா சரியா நடக்கனும். அவளு ஆசப்படுறா.”

“தைரியமா கொடுங்க. நல்ல குடும்பம் தான். அவனும் பொறுப்பான பையன் தான். சீக்கிரமா நார்வேக்கு வேலைக்கு வேற போக போறா. நம்ம ஆலயம் தாமா அனுப்புது. என்னோட வார்த்தைய நம்பி கொடுங்க பொண்ணு நல்லாயிருப்பா.”

***

“இன்பத்திலும் துன்பத்திலும் உடல் நலத்திலும் நோயிலும் ஒருவருக்கொருவர் பிரமாணிக்கமாயிருந்தும் வாழ்நாளெல்லாம் நேசிக்கவும் மதிக்கவும் தம்பதியர்கள் கடவுளின் முன்னிலையிலும் திருச்சபை முன்னிலையிலும் வாக்களிக்கின்றனர். இந்த நன்னாளில் திருமகன் ஆர்த்தர் வில்ஸையும் திருச்செல்வி நவீனா சாரதியையும் இந்த திருச்சபை கணவன் மனைவியாக அதிகாரப்பூர்வமாக அங்கீகரிக்கிறது.”

“தேவாலய மணி ஒலிக்கட்டும். ஆமேன்...”

“ஆமேன்...”

***

நவீனா நான்கு மாதங்கள் கருவுற்றிருந்தாள். நார்வேயின் பூத்துக்குலுங்கும் ஊதா நிற மலர்களுக்கும் பனி உருகி ஆர்ப்பரித்து ஓடும் நீர் வீழ்ச்சிகளுக்கும் வெண்மையை தோகையாக அணிந்துக்கிடந்த மலை பள்ளத்தாக்குகளுக்கும் அவளின் கொலுசொலி உயிரூட்டியது. வாழ்க்கை இன்பமாக சுழன்றது.

ஒரு காலை பொழுதில் நவீனா படுக்கையிலிருந்து எழவில்லை. சில நொடிகள் எதுவும் புரியாத ஆர்த்தர் அக்கம் பக்கத்தில் உதவி கேட்டு ஓடினான். அவசர ஊர்தி அவளை மீட்டு மருத்துவமனையில் அனுமதித்தது. மருத்துவர்கள் நவீனாவை சோதித்துவிட்டு மாரடைப்பிற்கான ஆரம்ப கட்ட அறிகுறிகள் என்றனர். ஆர்த்தர் திகைத்து போனான். எப்படி இந்த வயதில் எவ்வாறு சாத்தியம் என பல கேள்விகள் அவனை சூழ்ந்தன. குழந்தை நலமாகவுள்ளதா என மருத்துவரை கேட்டான். யாருக்கும் எந்த பிரச்சனையுமில்லை இன்னும் சில சோதனை முடிவுகள் வர வேண்டியுள்ளன வந்தவுடன் அழைக்கிறோம். நீங்கள் சென்று அவர்களை பார்க்கலாம் என்றனர்.

அவன் கண்கள் சிவந்திருந்தன. உதடுகள் வெடித்து உலர்ந்திருந்தன. அவன் அவள் அருகில் சென்றமர்ந்தான். அவள் செயற்கை சுவாசக்கருவியுடன் கருமை படிந்த வெள்ளி இலையை போல் படுத்திருந்தாள். அவள் கைகளிலிருந்தும் நெஞ்சக்கூட்டிலிருந்தும் பல வித இணைப்பு கம்பிகள் கணினி திரையோடு பிணைந்திருந்தன. அவளின் இதயத்துடிப்பிற்கு ஏற்றார் போல் அலை வரிசைகள் திரையின் ஒரு முனையிலிருந்து மறுமுனைக்கு ஏறி இறங்கி ஓடி மறைந்துகொண்டிருந்தன.

“நா சரவணன். தமிழ்நாட்ல எந்த ஊரு நீங்க?”

“நாங்க சென்னை தான்.”

“நா தேனி பக்கம் தேவாரம். இந்தியன் பேஷன்ட் வந்துருக்காங்கனு என்ன அனுப்பிச்சாங்க.”

“டாக்டர்... நன்றி. அவ எப்படி இருக்கா. என்ன பிரச்சன. நல்லாதானயிருந்தா என்ன திடீர்னு.”

“ஒன்னு பயப்படாதிங்க. ரிப்போர்ட்ஸ் வரட்டும் பாக்கலாம்.”

அன்று மாலை ஆய்வு முடிவுகள் வந்தன. அவன் காதில் ஏதோ ஒரு வித ஒலி எந்த இடைவேளையுமின்றி கேட்டுக்கொண்டே இருப்பதாக உணர்ந்தான். மருத்துவர் அவனை அழைத்தார்.

"ஆர்த்தர் அவங்களுக்கு முன்னயே இது போல எதாவது வந்துருக்கா?"

"இல்ல டாக்டர். ஏன்?"

"யோசிச்சி சொல்லுங்க. சின்ன வயசுல ஏதாவது?"

"தெரில டாக்டர்."

"ஆர்த்தர் மன்னிச்சிடுங்க. அவங்களுக்கு பொறக்கும் போதே இதயம் பலவீனமாதா இருந்துருக்கு. இது ஒரு பரம்பர நோயினு கூட சொல்லலாம். சிகிச்சையே இல்ல. மரணம் எந்த நொடி வேணாலு வரலாம்."

"எதுவும் செய்ய முடியாதா?"

"இதயத்த மாத்தலாம். பொதுவா இந்த பிரச்சன இருக்குறவங்களுக்கு வேற இதயத்த பொருத்துனா கூட ஏத்துக்காது. அவங்களுக்கு இதயம் மட்டுமில்ல அத சுத்தி இருக்குற இணைப்பு மண்டலமெல்லா பலவீனமாதா இருக்கும். அப்படியே இதயத்த மாத்தி பாக்கனுனாலு இப்போ முடியாது. கொழந்த பொறக்கட்டும்."

ஆர்த்தருக்கு என்ன பேசுவது எவ்வாறு எதிர்வினை ஆற்றுவது என தெரியவில்லை. அந்த இளநீல நிற எட்டடிக்கு எட்டடி அறை அவனை நசுக்கி பிழிவதாகப்பட்டது. வயிற்றை பிரட்டிக்கொண்டு வருவதாக உணர்ந்தான். தலை ராட்டினமாக சுழலத்தொடங்கியது.

"டாக்டர்.... கொஞ்ச நேர வெளிய இருக்க."

***

"அம்மா நவீனா அப்பா எப்படி எறந்தாரு?"

"என்ன மாப்புள என்ன ஆச்சி. நவீனா எங்க. யா இப்படி தேம்புரிங்க."

“ஒன்னுமில்ல மா. ஸிக்னல் சரியில்ல. அதா அப்படி கேக்குது போல. சொல்லுங்கமா நவீனா அப்பா எப்படி எறந்தாங்க?”

“மாரடைப்பு பா. நவீனா எங்க பா… மாப்புள…”

***

“Ey miss laura. How is school going? Hope you are doing good.”

““Mr. Arthur all good. How are you doing?”

“Mm…. we need some break. thomas have not recovered completely from the loss of his mother. He needs some change. He is remembering his mom in this place everywhere. Hope you understand. We decided to move out for a while.”

ஆர்த்தர் நார்வேயிலிருந்து நூற்றுஐம்பது கிலோமீட்டர் தொலைவிலிருக்கும் அன்றேடல் *(undredal)* மலை கிராமத்திற்கு குடிபெயர்ந்தான். அங்கு இருக்கும் தேவாலய அலுவல் வேலைக்கு மாற்றல் வாங்கி சென்றான். அவன் மீண்டும் சென்னை சென்று அவர்கள் குடும்பத்தை பார்க்கும் மனப்பக்குவத்தில் இல்லை என நினைத்தான்.

நாட்கள் சுழன்றன. தாமஸ் அந்த கிராமப்புற பள்ளியில் சேர்ந்து படிக்க தொடங்கினான். நாளடைவில் அவன் அம்மாவை மறந்து இயல்பானான்.

***

மூன்று நாள் தீவிர கண்காணிப்பிற்கு பின்னர் நவீனா மீண்டும் வீட்டை அடைந்தாள்.

“பெருசா எந்த வேலையு செய்ய வேணா. பயப்பட பதட்டப்பட வேணா. குழந்த நல்லபடியா பொறந்தோனே மத்ததபத்தி பேசிக்கலாம். இந்த மாத்திரைய விடாம போடுங்க. ரெண்டு வாரத்துக்கு ஒருமுற வந்து பாருங்க.”

அவர்களுக்கு அவர்களை கடந்து குழந்தையை நினைத்தே பெரும் அழுத்தமாக இருந்தது. பெரும்பான்மையான நேரத்தை ஆர்த்தர் அவள் அருகிலேயே கழித்தான். ஆனால் பெரிதாக யாரும் எதுவும் பேசிக்கொள்ளமாட்டார்கள். சில

நேரங்களில் அவள் காரணமின்றி அழத்தொடங்குவாள். அவன் அமைதியாக வந்து அவளை அணைத்துக்கொள்வான்.

"ஒன்னுமே ஆக போறதில்ல. நம்ம மூனு பேரும் நிம்மதியா கடைசி வர இருப்போம்."

***

நவீனாவின் முதலாம் ஆண்டு கல்லூரி நாட்களில் 'துருதுரு'வென சுற்றிக்கொண்டிருந்த அவளின் தந்தை தொழிற்சாலையில் வேலையின் மத்தியில் மயங்கி விழுந்ததாக செய்தி அறிந்து அவளும் அவள் அம்மாவும் மருத்துவமனைக்கு ஓடினார்கள். அவர்களின் கதறலுக்கான மருந்து யாரிடமுமில்லை. தீவிர சிகிச்சை பிரிவிலிருந்த அவளின் தந்தை நவீனாவை பார்க்க விரும்புவதாக மருத்துவர்களிடம் அரை மயக்கத்தில் உளறினார். நவீனாவை பார்த்து "உனக்கு நா இத கடத்திருக்க கூடாது" என கண் கலங்கினார். அப்போது நவீனாவிற்கு சரியாக எதுவும் விளங்கவில்லை. அன்று இரவு அவர் உயிர் அமைதியாக பிரிந்தது.

நவீனா ஆர்த்தரிடம் அதை அடிக்கடி சொல்ல தொடங்கினாள். நான் இதை நம் குழந்தைக்கு கடத்திவிடக் கூடாது என புலம்புவாள்.

"ஏ நவீனா நா ஒன்னையு கொழந்தையையு விட்டுட மாட்ட. உலகத்தோட எந்த மூலைக்காவது கொண்டு போய் காப்பாத்துவ. நமக்கு ஒன்னுமாவாது தைரியமா இரு."

தனிமையில் அவர்களின் விசும்பலை அங்கு ரீங்காரத்துடன் உலாவும் பனி காற்று யாரிடமாவது எடுத்து சென்று ஒரு தீர்வை கொடுக்காதா என தவித்தனர்.

உயிரை சில்லிட்டு உறைக்கும் நாட்களுக்கிடையே நவீனா தாமஸை அறுவை சிகிச்சை மூலம் பிரசவித்தாள். சொல்லக்கூடாத கேட்கக்கூடாத பயமாக தாமஸின் இதயத்துடிப்பு தொடர்ந்து அவர்கள் காதில் ஒலித்துக் கொண்டே இருந்தது. தாமஸின் பிறப்பிற்கு பின் நவீனாவின் நாட்கள் பெரும் வலியாக மாறின. அறுவை சிகிச்சையிலிருந்து முழுதாக மீண்டு வர அவளுக்கு மூன்று மாதங்கள் எடுத்துக்கொண்டன. மூச்சை இலகுவாக விட சிரமப்பட்டாள். பிறகு தொடர்ந்து நடக்கவும்

பேசவும் சிரமப்பட்டாள். அவளின் சிரிப்பொலி நார்வேயின் கோடைக்காலத்தில் உருகும் பனியாக மறைந்து போனது. அவ்வப்போது வெளிப்படும் அவளின் புன்னகையும் நூலறுந்த பட்டமாக நம்பிக்கையின்றியே காற்றில் அசைந்தாடியது.

நவீனா தாமஸின் இதயத்தையும் அவனையும் சோதிக்கும் படி ஆர்த்தரை தொடர்ந்து வற்புறுத்தினாள். ஆர்த்தர் அதை கடுமையாக மறுத்தான். ஒருவேளை தாமஸின் இதயமும் பலவீனமாக இருப்பதாக தெரிந்தால் அது நவீனாவை மேலும் முற்றாக பாதித்துவிடும் என எண்ணினான். ஆனால் அவன் மனதின் அடி ஆழத்தில் தாமஸை பற்றிய அந்த கேள்விகள் உடலை அரிக்கும் புற்றுநோயாக அவனை அரித்துக்கொண்டே இருந்தது.

நவீனாவின் கடைசி நாட்கள் கடும் துயரமாக இருந்தன. அவளின் சுய தேவைகளை கூட அவளால் செய்துகொள்ள முடியவில்லை.

தாமஸின் பிறப்பிற்கு பிறகான ஆறு வருட போராட்டத்திற்கு பின் அவளின் இதயம் அவளின் ஆவியை பரந்த வெளியில் ஒரு உடுவாக மின்ன செய்ய முன்வந்தது. ஆர்த்தர் 'நீ ஒரு போராளி' எனக் கூறிக்கொண்டே அவன் நெற்றியிலும், கண்களிலும் முத்தத்தை பதித்தாள். அவர்களின் முத்தத்தின் ஊடாகவே அவளின் உயிரும் சாந்தமாக அடங்கியது.

***

"அப்பா.... அப்பா...."

"Your dad is standing right behind you. Few seconds and it will be done."

"ஏ ஒன்னுமில்ல. எதுக்கு பயப்படுற. நா தா நிக்குறனே."

"That's it buddy. Easy...easy..."

நவீனா தவறிய மூன்று மாதங்கள் கழித்து தாமஸின் இதயத்தை சோதனை செய்ய ஆர்த்தர் முடிவெடுத்தான். கணினி திரையோடு தாமஸ் இதயத்தின் செயல்பாடுகள் மின்முனை மற்றும் மின்ஒலி கருவியால் சோதிக்கப்பட்டன. அவன் இதயத்துடிப்பின் மாதிரிகள் எடுக்கப்பட்டன.

தொடர்ந்து தாமஸின் இரத்த மாதிரிகளும் வேறு சில சோதனைகளும் எடுக்கப்பட்டன. அதன் சோதனை முடிவுகளுக்காக காத்திருந்த தருணங்களில் ஆர்த்தரின் அடி மனதிலிருந்த பயம் பைபிளில் வரும் சாத்தானாக வெளிவந்து அவன் முன் அழுகி புழுக்கொட்டும் கோர முகத்துடன் ஆடிக் கொண்டிருந்தது.

"We have undergone the casefile completely and we came to know about your wife's death. During pregnancy checkups and delivery, did they said anything about Thomas' body condition."

"No nothing."

"Unfortunately thomas is also showing the 'congenital heart disease' symptoms. Sorry Arthur it will grow faster. Nothing can be done."

அவன் முன் நின்றிருந்த சாத்தான் பெரிய சிரிப்பொலியோடும் இரத்தம் வழியும் வாயோடும் அவனை துரத்த தொடங்கியது.

***

தேவாலய மணி தொடர்ச்சியாக அந்த மலைகளில் எதிரொலிக்க நார்வேஜியன் மொழியில் கடவுளின் வார்த்தைகள் காற்றில் எழும்பியபடி இருந்தன.

ஆர்த்தர் தேவாலயத்தின் வாசலை வெறித்து பார்த்தபடி நின்றான். வானில் எழும்பும் மணி ஒலிகள் அவன் மனதை இறுக்கிப் பிழிந்தன. அவன் தோளில் தொங்கி கொண்டிருந்த சாத்தானை சுமந்தபடி ஆலயத்திற்குள் நுழைந்தான்.

"கடவுளே பரிசுத்த ஆவியே" என மக்கள் இறைவனோடு கரைந்து உருகிக்கொண்டிருந்தனர். உள் நுழைந்த ஆர்த்தர் 'ஓ...'வென அரங்கம் அதிர ஆலய பலகை மேல் விழுந்து கதறினான். ஆலயம் முழுக்க நிசப்தமானது. மேடையில் நின்றிருந்த மதகுருக்கள் மக்களை அவனை தனித்துவிடும் படி சைகை காட்டினர். ஆர்த்தரின் கதறல் விக்கி வெடித்தது. "யா எனக்கு இப்படி நடக்கனு, இப்படி நடக்கனு" எனும் துயரமான அவனின் ஓலத்திற்கு அங்கு யாராலும் பதில் கூற முடியவில்லை. மக்கள் மெதுவாக ஒவ்வொருவராக கலைந்தனர். அவனின்

ஓலம் நின்றபாடில்லை. மையமாக நின்ற கடவுளும் அவனை தழுவிக்கொள்ள மனமில்லாமல் தனித்தே விட்டார்.

***

ஆழம் தெரியாத கடலை போல் இலக்கில்லாத நாட்கள் ஆர்த்தருக்கு வெறுமையை மட்டும் கொடுத்தப்படி சுழன்றன. தாமஸை குணப்படுத்த உலகிலிருக்கும் அனைத்து வழிமுறைகளையும் தேடத்தொடங்கினான். ஆனால் எதுவும் அவனுக்கு பலன் தரவில்லை. இந்நிலையில் தாமஸையும் அவன் அதீத அக்கறையுடன் கவனிக்க தொடங்கினான். பொது பள்ளியை நிறுத்திவிட்டு தனியாக கவனிக்கும் வீட்டு பள்ளியில் சேர்த்தான். ஆர்த்தர் அழைக்கும் ஒரு குரலுக்கு தாமஸிடமிருந்து பதில் வரவில்லை என்றால் திடுக்கிட்டுப்போவான். அவன் பேசியில் அனுப்பும் செய்திக்கு உடனடியாக பதில் வரவில்லையென்றால், தாமஸ் காலை எழும்ப நேரமெடுத்தால் அவன் இதயம் “படபட”வென்று அடித்துக்கொள்ளும்.

“எதுக்கு இவ்வளவு வேகமா நடக்குற, எதுக்கு இவ்வளவு வேகமா ஓடுற”

நண்பர்களுடன் சுற்றித்திரிவதை வீட்டு பள்ளியில் அதிக நேரம் செலவிடுவதை முடிந்தவரை தடுத்தான். தாமஸ் கூண்டுக்குள் அடைக்கப்பட்ட முயலாக வாழத்தொடங்கினான். அவனின் குழந்தைத் தனமும் வெகுளியான சேட்டை சிரிப்பொலிகளும் மாயத்திரைக்குள் மறைந்துபோயின.

ஆர்த்தர் இரவு தூங்கும் போதும், காலை விழிக்கும் போதும், அலுவலகத்திற்கு சென்று வரும் போதும், தாமஸுடன் இருக்கும் நேரத்திலும் அவன் எதிரே அழுகி புழுக்கள் நெளியும் கோர முகத்துடன் சாத்தான் சிம்மாசனமிட்டு அமர்ந்திருப்பதாக நினைத்துக் கொள்வான். என்றோ அந்த ஒரு நாள் நிச்சயம் வரதான் போகிறது என ஆர்த்தர் எண்ணிக்கொண்டே இருந்தான்.

***

ஐந்து வருடங்கள் சருகாக உதிர்ந்தன. ஒரு மதிய பொழுதில் ஆர்த்தருக்கு தாமஸின் பள்ளியிலிருந்து அழைப்பு வந்தது.

வகுப்பிற்கு நடுவே தாமஸ் வலிப்பு கண்டு சுருண்டு விழுந்தான். அன்றேடல் (undredal) மருத்துவமனைக்கு தூக்கி சென்றுள்ளதாக கூறினர்.

கொடூர ஒலியுடன் ஆர்த்தரின் தலைக்கு மேல் தலைகீழாக தொங்கி கொண்டிருந்த சாத்தான் ஊளையிட்டு சிரித்தான். ஆர்த்தரின் மேசை மேல் அழுகிய புழுக்கள் கொட்டி நெளிந்தன.

***

"What happened? When?"

"Don't panic Arthur. thomas is normal now."

"Where is he?"

"He is in ICU. The doctors are treating him."

மங்களான கண்ணாடி திரையின் ஊடாக தாமஸை செய்வதறியாது பார்த்தான் ஆர்த்தர். பத்து வருடம் முன் நவீனாவை பார்த்தது போலிருந்தது.

"Are you his father?"

"Yes doctor. How is he now?"

"He is critical. Very critical. You better take him to Norway government hospital, they may provide better facilities."

இந்த நாட்கள் வருமென அவன் மனதிற்கு தெரியும். ஆனாலும் அவனால் அதை ஏற்றுக்கொள்ள முடியவில்லை. ஆயிரம் ஈட்டிகள் ஒரு சேர அவன் நெஞ்சக்கூட்டை பிளப்பதாக உணர்ந்தான். அன்று இரவு தாமஸ் நார்வே தலைமை மருத்துவமனைக்கு மாற்றப்பட்டான். நவீனாவை பார்த்துக்கொண்ட அதே ஊழியர்கள் இப்போது தாமஸையும் பார்த்துக்கொண்டார்கள். முடிந்த வரை அனைத்து சாத்தியங்களை கொண்டும் தாமஸை தேற்றினர். தாமஸ் மீண்டும் அவன் நினைவை அடைந்தான்.

"இது தற்காலிகம் தான் ஆர்த்தர். எப்போ வேணுனாலு நடக்கலாம். என்ன மன்னிச்சிடுங்க."

“நீங்களே இப்டி சொன்னா எப்படி டாக்டர். உங்கள எல்லா நம்பி தான நா வந்தேன்.”

“ஆர்த்தர்... உங்களுக்கே எல்லா தெரியும் மன்னிச்சிடுங்க. டாக்டர் ஈவ்லின பாத்துட்டு கேண்டின் வாங்க.”

***

“டீ எடுத்துக்கோங்க.”

“எதுவுமே செய்ய முடியாதா. ஏதாவது ஒரு வழி இருக்குமே. இதயத்த மாத்தலாமா? ஏதாவது ஒரு வழியாவது கண்டிப்பா இருக்கனுமே.”

“தாமஸால அறுவை சிகிச்சைய தாங்க முடியாது. இதயத்த மாத்துனாலு பலன் தராது. ஆர்த்தர் நம்ம அறிவியலால இப்போதைக்கு இவ்வளவு தா சாத்தியமாகும்.”

“...............

...................”

“ஆர்த்தர் டீய எடுத்துக்கோங்க என்ன செய்ய முடியும்னு பாக்கலாம். மனச விடாதிங்க. ஆர்த்தர் நானே இப்படி சொல்லுறனு நனைக்காதிங்க. நவீன அறிவியலோட வளர்ச்சியால தாமஸ இப்போதைக்கு குணப்படுத்த முடியாது. நீங்க வேணா மாற்று மருத்துவத்த முயற்சி செஞ்சி பாருங்க. நம்ம ஊருக்கு வேனா கூட்டிட்டு போங்க. தேனில எனக்கு தெரிஞ்ச சித்த மருத்துவர் இருக்காரு பரம்பரையா பாக்குறாங்க. அவரும் சித்தர் போல தான். சித்தர்கள் கடவுள் உருவம்னு அவங்களால எல்லாத்தையும் சாத்தியப்படுத்த முடியும்னு கடவுள பாக்க முடியும்னு நம்பிக்கயிருக்கு. எங்கயோ கேள்விப்படுறோம்ல செத்தவ பொழச்சிட்டானு, கேன்சர் இருந்த எடமே தெரியாம போச்சினு அது மாதிரி ஒரு அதிசயம் நடக்குதானு பாருங்க. உங்களுக்கு நம்பிக்கயிருந்தா அவர போய் பாருங்க.”

“இனிமே என்ன டாக்டர் இருக்கு. ஏதாவது ஒரு வழில தாமஸ காப்பாத்த முடிஞ்சா... எனக்கு அதுவே போதும். நா கண்டிப்பா போற.”

அடுத்த ஒரு வார தீவிர கண்காணிப்பிற்கு பிறகு தாமஸால் மீண்டும் உணவை உட்கொள்ள முடிந்தது. செயற்கை சுவாசமில்லாமல் மூச்சை தானாக இயக்க முடிந்தது. தொடர்ந்து வந்த ஒரு சில நாட்களில் மெதுவாக எழுந்து நடமாட தொடங்கினான்.

"எனக்கும் அம்மாவுக்கு வந்த நோய் வந்துரிச்சா பா."

"ச்ச யார் சொன்னா? ஒனக்கு ஜுரம் தான் வந்துருக்கு. அதா இப்போ சரி ஆய்டிச்சே. இனிமே ஒன்னுமில்ல நம்ம சீக்கரமா வீட்டுக்கு போய்டுலாம் தாமஸ்..."

"சொல்லு பா"

"நம்ம ஆயா வீட்டுக்கு போறோம். இனி அங்க தான் சரியா."

"எப்போ பா. எனக்கு தான் இங்க பேச கூட யாருமில்லயே. அங்க எப்படி இருக்கும்?"

"அங்க ஓ கூட எல்லாரு இருப்பாங்க. ஓ கூட பேச விளையாட நறைய பசங்க இருப்பாங்க. நீ வீட்டுக்குள்ளயே இருக்க வேணா."

"எப்போ போறோம்."

"சீக்கிரமா."

அன்றிலிருந்து மூன்றாவது நாள் தாமஸ் வீடு திரும்ப அனுமதிக்கப்பட்டான்.

"Please follow the medications strictly. Lord will bless your child."

Thank you evelyn."

"Thank you Arthur."

"எல்லா நல்லபடியா நடக்கும் ஆர்த்தர். ஊருக்கு போய்ட்டு கூப்புடுங்க. நா அங்க தகவல் சொல்லிட்ட. பாத்துக்கலாம். எல்லா சரி ஆய்டும். தைரியமா இருங்க."

***

"நீ எங்க போனாலு தாமஸ் எனக்கு தான்" என சாத்தான் ஆர்த்தர் காதில் முணுமுணுத்தது. ஆர்த்தர் திடுக்கிட்டு

எழுந்தான். வேகமாக சென்று தாமஸை பார்த்தான். அவன் ஆழ்ந்து உறங்கிக்கொண்டிருந்தான். மூச்சிரைத்த ஆர்த்தர் தாமஸை முழுதாக அணைத்தபடி படுத்துக் கொண்டான். அவன் மனம் இனம் புரியாமல் கனத்தது.

***

அன்று இரவு சென்னை வானூர்தி நிலையத்திற்கு நேரடி விமானம் ஏறினார்கள். கருநீல நிற மேலங்கி அணிந்தவாறு அவனின் பின் இருக்கையிலும் பக்கவாட்டு இருக்கையிலும் சிவப்பு கறை படிந்த பற்களோடு சாத்தான் அமர்ந்திருப்பதாக ஆர்த்தர் நினைத்துக் கொண்டான். அவன் உடல் லேசாக நடுக்கம் கண்டது. தாமஸின் கையை இறுக பற்றினான். மேலெழும்பிய விமானம் 'கடகட'வென ஆட்டம் கண்டது. அதன் மின் விளக்குகள் ஒரு நொடி அணைந்து மீண்டும் எரிந்தன.

சென்னை வானூர்தி நிலையம் அடைந்த ஆர்த்தர் அதன் அருகாமையிலேயே நட்சத்திர விடுதி ஒன்றில் அறை எடுத்து தங்கினான். தற்போதைய மனநிலையில் அவர்கள் வீட்டு மக்களை சந்தித்து அனைத்தையும் விளக்க அவனுக்கு வலுவில்லை. அடுத்த நாள் காலை எழுந்தவுடன் மதுரை வானூர்தி நிலையம் அடைந்து தேனி போடியை நோக்கி விரைந்தான். நார்வே மருத்துவர் கொடுத்த முகவரியின் படி குரங்கணி மலை அடிவாரத்திற்கு சென்று மருத்துவர் கருப்பனை பற்றி விசாரித்தான்.

"அவரா, ரெண்டாவது மலைல கருப்பு சாமி கோவில் ஒன்னு இருக்கும் அங்க இருப்பாரு போய் பாருங்க."

"எப்படி போறதுங்க யாராவது வழிகாட்ட வருவாங்களா?"

"இப்போ ஆளு இல்லைங்க. ஒன்னு பயமில்லைங்க. அதோ தெரியுது பாருங்க ஒத்த வழி பாத. அத புடிச்சி நேராப்புல போங்க. பயப்புடாம போங்க. அங்கங்க ஆளுங்க இருப்பாங்க."

"சரிங்க இந்த பையிங்க இங்க இருக்கட்டு. வந்து எடுத்துக்குற."

மழை கொட்டி தீர்த்த சுவடாக பாதை எங்கும் சகதியாக கிடந்தது. ஆர்த்தர் தாமஸை தூக்கி தோளில் கிடத்திக்கொண்டு

மலையேறத் தொடங்கினான். மண் வாசமும் தாவரங்களின் மூலிகை வாசமும் உலாவும் காற்றில் நிறைந்திருந்தன.

"அப்பா இது என்ன ஊரு?"

"இதா நம்ம ஊரு."

"நார்வே மாதிரி இல்ல. ஐஸ்சே இல்ல."

"ம்ம் கொஞ்ச நேரம் உக்காந்துட்டு போலாம். மூச்சி வாங்குது. ஏய் எதுக்கு ஓடுற."

"நீங்க தான நம்ம ஊருக்கு போனா ஓடலா விளையாடலாம்னு சொன்னிங்க."

"சரி டா. நம்ம வீட்டுக்கு போய் விளையாடலாம்."

"இந்த எடம் நல்லாயிருக்குபா."

"ஏய் ஓடாத."

"ஐயா இங்க கருப்பு சாமி கோயில் எங்க இருக்கு."

"இன்னொரு மல போனும். ஒரே பாத தான் நேரா போங்க."

ஞாயிறு உச்சிக்கு வந்திருந்தது. அடர்த்தியான வெண் மேகத்திரள்கள் சூரிய கதிர்களின் கொடுங்கரங்களுக்கு திரையிட்டிருந்தன. காற்றில் அனல் வீசவில்லை என்றாலும் வெப்பத்தை உணர முடிந்தது. தாமஸின் உடல் இயல்பை காட்டிலும் வியர்த்து கொட்டி தீர்த்தது. ஆர்த்தரின் சப்பாத்துகளின் ஒரு பாதம் கிழிந்து தொங்கியது. அதை அகற்றிவிட்டு வெறும் கால்களில் நடக்க தொடங்கினான். மலை ஏற ஏற செங்குத்தாக நீண்டு கொண்டே சென்றது. ஒரு மணி நேரம் கடந்தும் இன்னும் இரண்டாவது மலையின் உச்சியை அடையவில்லை.

"தாமஸ் கொஞ்ச நேர உக்காந்து போலாம்."

"ஏன் பா. போலாம் நல்லா இருக்கு."

"நல்லாயிருக்கா சரி போலாம் ரெண்டு நிமிசம். தண்ணீ குடிச்சிட்டு போலாம்."

அடர்த்தியான மரக்கிளைகள் உச்சி பொழுதை மாலை போல் மாற்றிற்று. கருங்குரங்குகள் கூட்டம் பழுத்து தொங்கிய காட்டு மாம்பழங்களை ருசித்து கொண்டிருந்தன. நீலகிரி சிரிப்பாங்களின் 'கிகீ கிகீ'....ஒலிகள் எதையோ காரசாரமாக தங்களுக்குள் உரையாடுவதாகப்பட்டது.

நீளும் பாதையின் இடது பக்கத்தில் நான்கு ஐந்து துருப்பிடித்த நான்கடி இரும்பு வேல்கள் நட்டு வைக்கப்பட்டிருந்தன. கருப்பு சாமி கோவிலுக்கான வாசல் என ஆர்த்தர் கண்டு கொண்டான். இடது புறம் உள் நுழைந்து இருபது அடி சென்றிருந்த நிலையில் பாதைகள் சம தரையாக விரிந்தன. சம தரையின் வலது புறம் ஆலமரம் ஒன்று பெரிய பிரம்மாண்ட ஒற்றை பாறையை குதிரை தேரை ஓட்டும் சாரதி போல் அதன் விழுதுகளால் முழுதாக பிணைத்திருந்தது. அந்த பிரம்மாண்டமான பாறையின் கீழ் மூன்று சிறிய நடுகற்கள் நின்றிருந்தன. அதன் பின்புற பக்கவாட்டில் சிறு சிறு வேலும் சூலமும் நின்றிருந்தன. ஆர்த்தர் இது தான் கோவிலாக இருக்கும் என எண்ணினான். ஆனால் அக்கம் பக்கத்தில் யாருமில்லை. அங்குமிங்கும் சுற்றிப் பார்த்தான். பின் யாராவது வருவார்கள் என தாமஸை அழைத்துக் கொண்டு மரத்தின் அருகில் சென்று அமர்ந்தான். அவன் முதுகுப்பையிலிருந்த ரொட்டிகளையும் தண்ணீரையும் தாமஸிடம் கொடுத்தான்.

"என்ன எடம் பா இது."

"இதான் கோவில்."

"என்ன இப்படி இருக்கு. ஜீஸஸ காணோம்."

"இது தமிழ் கோவில். சாமிலா இப்படி தா இருக்கும். இதோ இதுக்கு பேர் தா நடுகல்."

"நடுகல்னா?"

"அதா சாமி. சரி சாமி கும்புடு."

தாமஸ் நடுகல்லின் முன் சென்று அவன் வலது கையால் சிலுவை குறியை போட்டுக்கொண்டான்.

மலையிலிருந்து கூட்டமாக மணி ஒலிக்கும் சத்தம் கேட்டது. அது வர வர ஆர்த்தர் இருக்கும் இடம் நோக்கி வந்தது. ஆர்த்தர்

எழுந்து சென்று பார்த்தான். முதிர்ந்த இடைச்சி ஒருத்தி இருபதிற்கும் மேற்பட்ட ஆட்டு மந்தையை ஓட்டிவந்தாள். மந்தைக்கு முன் ஒல்லியான பழுப்பு வெள்ளை நிற நாய் ஒன்று மந்தையை வழி நடத்துவதாக தெரிந்தது. மரத்தின் அடிவாரத்தில் மந்தையை அந்த நாய் ஒருங்கிணைத்தது. புது மனிதர்களை கண்டவுடன் 'மே..மே..'என ஆடுகள் கத்த தொடங்கின. நாய் அவர்களை பார்த்து குரைக்காமல் அருகில் சென்று வாசம் பிடித்தது. தாமஸ் அவன் கையில் வைத்திருந்த ரொட்டித் துண்டுகளை நாய்க்கு போட்டான். அதை கவ்வி எடுத்த வேகத்திலேயே 'லபக்' என முழுங்கியது. இடைச்சி "ஏ..." என அதட்ட அது மீண்டும் மந்தையை கட்டுப்படுத்த தொடங்கியது.

"அம்மா இங்க கருப்பன் ஐயா இல்லைங்களா. கோவில்ல இருப்பாருனு சொன்னாங்ளே."

"அவரு காலைல மட்டுதா கோவிலுக்கு வருவாரு. இப்போ அஞ்சாவது மலைக்கு போய்யிருப்பாரே."

"அஞ்சாவது மலையா அது எங்க இருக்கு. எப்படி போனு."

"இதே பாத தான். நேரா போங்க. உச்சி மல அதா."

"அங்க எங்க இருப்பாரு."

"அங்க எங்கையாது இருப்பாரு. கொரல் எழுப்புங்க வருவாரு."

"இங்க திரும்ப வர மாட்டாங்களா."

"அது எப்போனு சொல்ல முடியாதுங்க. திடீர்னு வருவாரு காத்தா காணாம போய்டுவாரு. நீங்க மேல போய் கொரல் குடுங்க வருவாரு."

ஒன்றோடு ஒன்று மல்லுக்கட்டும் ஆடுகளை இடைச்சி பிரித்து கட்டினாள். பொரிந்து தள்ளிய ஆடுகளின் புழுக்கை வாடை சுற்றத்தை நிரப்பின.

ஆர்த்தர் தாமஸை பார்த்தான். அவன் சோர்ந்து ஒரு பாறை மேல் சாய்ந்து படுத்திருந்தான். இளைப்பாறிய மந்தையை மீண்டும் இடைச்சி அதட்டி கீழிறக்கினாள். சில நிமிடங்களில் அந்த இடம் மீண்டும் பேர் அமைதியானது. அந்த இடத்தின்

உருவம் முழுதாக மாறுவதாக ஆர்த்தர் நினைத்தான். வானை சூழ்ந்திருந்த வெண்திரள்கள் விலகி கருந்திரள்கள் சூழ்ந்தன. காற்று புழுதியையும் இரைச்சல்களையும் கிளப்பியபடி வேகமெடுத்தது. அடர்த்தியான பசுமை மரங்களின் இலைகள் யாவும் சருகாக கொட்டின. உயிரை கொல்லும் நாற்றத்துடன் இளக்கார சிரிப்பொலிகள் ஆர்த்தரை சூழ்ந்து கேட்டன. பாறையின் மேல் படுத்திருந்த தாமஸை ஏதோ ஒருவித பெரிய நகங்களும் நகங்களின் ஊடாக கொட்டும் அழுகிய புழுக்களும் பாறையை பிளந்து மண்ணுக்குள் இழுப்பதாகப்பட்டது. ஆர்த்தர் தாமஸை பார்த்து தொடர்ந்து கத்தினான்.

"தாமஸ் தாமஸ்...தாமஸ்..."

"என்ன பா. என்ன ஆச்சி"

"தாமஸ்.... ஒன்னுமில்ல. இன்னம் கொஞ்சம் மேல போனும். போலாம்."

வியர்த்து கொட்டிய முகத்தை ஆர்த்தர் துடைத்துக் கொண்டான். சூழல் பழையபடி திரும்பியதாகப்பட்டது. அவன் வானை பார்த்தான் சூரியன் மேற்கு பக்கமாக இறங்க தொடங்கி இருந்தது. தாமஸின் கையை பற்றிக்கொண்டு வேகவேகமாக ஐந்தாவது மலையை நோக்கி நடந்தான். ஐந்தாவது மலையில் தான் தாமஸை காக்கும் அதிசய மருந்து இருப்பதாக எண்ணினான். மேலே செல்ல செல்ல பாதை குறுகியது. மண் சாலைகள் கரடு முரடான பாறை கற்களாக மாறின. மூன்றாவது மலைக்கு மேல் பாதை எங்கும் அடர்த்தியான வனம் சூழ்ந்துக் கொண்டது. அதற்கு மேல் பாதை ஏதும் நீளவில்லை. ஆர்த்தர் தவறுதலாக வழி மாறிவிட்டேனோ என திடுக்கிட்டான். அவனின் பயம் வியர்வையாக உடல் முழுக்கிலும் கொட்டியது. வீசும் காற்று சட்டென நின்றது. பெரும் நிசப்தம் அந்த இடத்தை பிணவறையாக மாற்றியதாக அவன் உணர்ந்தான். அவனின் நேர் எதிராக நின்ற புதர்கள் "சடசட"வென ஆடின. விறைத்து நின்ற ஆர்த்தர் தாமஸை இழுத்து தன் கால்களுக்குள் புதைத்துக் கொண்டான். ஆடிய புதர்களை விலக்கிக்கொண்டு மந்தையை வழி நடத்தி சென்ற நாய் வந்தது. அது ஆர்த்தரையும் தாமஸையும் சுற்றி வந்து வாலை அசைத்தது. பயப்பட வேண்டாம் நான் உங்களுக்கு

காவலாக வழிநடத்தி கூட்டிச்செல்கிறேன் என்பதாக அது இருந்தது. தாமஸ் அவன் பையிலிருந்த ரொட்டிகளை எடுத்து அதற்கு கொடுத்தான். அதை கவ்விக் கொண்ட நாய் நேராக ஒரு புதருக்குள் மறைந்து குரைத்தது. சிறு தடுமாற்றத்துடன் ஆர்த்தர் தாமஸை அழைத்துக் கொண்டு அதற்குள் புகுந்தான். நான்கு ஐந்தடி கடந்தவுடன் மீண்டும் கரடு முரடான பாறை தடங்கள் தென்பட்டன. மாலை வெயில் பாறை கற்களை சூடாக்கியிருந்தது. ஆர்த்தரும் தாமஸூம் பாறையின் மேல் ஏறி மீண்டும் நடக்க தொடங்கினர். இரண்டு ஆடுகளை வழி நடத்தும் தோரணையோடு அந்த நாய் ஒய்யாரமாக முன் சென்றபடி இருந்தது. ஆர்த்தரின் மனம் இலகுவானது. முற்களும் புதர்களும் குண்டும் குழியுமாக பாதைகளை கடந்து இரண்டு மணி நேரத்தில் ஐந்தாவது மலையின் அடிவாரத்தை அடைந்தனர்.

ஐந்தாவது மலை முகில்களுக்கிடையே எந்த பிடிப்புமின்றி அந்தரத்தில் தொங்கும் ஒற்றை அசுரப்பாறைப்போல் செங்குத்தாக நின்றது. உ தன் உச்சியை கண்ணுக்கு புலப்படாதபடி கரு மேகங்கள் மறைத்திருந்தன. காற்றும் குளிர்ந்த பனித்துகள்களை வாரி வீசியது. அவர்களை வழி நடத்தும் நாய் மலையின் மேல் ஏறத்தொடங்கியது. பத்தடி சென்றவுடன் அவர்களை பார்த்து குரைத்தது. ஆர்த்தர் தாமஸை பார்த்தான். அவன் உற்சாகமாகவே காணப்பட்டான். ஏதோ ஒரு தீர்மானமாக ஆர்த்தரும் நாயை பின் தொடர்ந்தான். பாதை நீள நீள இரண்டு கால்களால் ஏறுவது சிரமமானது. தாமஸை தன் முன் ஏறவிட்டபடி ஆர்த்தர் பின் ஏறினான். இரண்டு கைகளையும் ஊன்றி மெதுவாக ஊர்ந்து நகர்ந்தபடி இருந்தனர். அவர்கள் ஏறும் பாதைக்கு நான்கடிக்கு கீழ் ஆயிரம் மீட்டர் சரிவாக அண்டத்தின் மறுமுனையை பார்ப்பதாக மயிர் கூசும் நடுக்கம் உண்டாயிற்று. அவர்கள் மகிழூந்தில் தரை பாலங்களை கடக்கும் போது கண்ட பிரம்மாண்ட ஆறுகள் அனைத்தும் ஆகாரமின்றி வற்றி கிடக்கும் மெலிந்த பாம்பைப்போல் நீண்டுக்கிடந்தன. உடல் அதன் உச்சபட்ச இயங்கும் திரனுக்கு சென்றதாக தோன்றிற்று. கால் தசைகளும் தொடை எலும்புகளும் பிரிந்து கிழிவதாகப்பட்டன. அவர்கள் வெளி தள்ளும் மூச்சிக்காற்றும் வாயிலிருந்து கொட்டும் எச்சில்களும் உறைந்து கொட்டுவதாக இருந்தது. அனைத்திற்கும்

நடுவிலும் தாமஸ் எந்த சோர்வுமில்லாமல் உற்சாகமாக நகர்ந்து கொண்டே இருந்தான். பருவநிலை முற்றாக மாற தொடங்கியது. இருள் மொத்த ஒளியையும் முழுங்கி தின்றிருந்தது.

கருமேகங்களுக்குள் புகுந்து அதை கிழிக்க முயற்சிக்கும் காற்று அது முடியாமல் பெரும் ஓலத்தை கிளப்பியது.

“தாமஸ் பேசுறது கேக்குதா. போலாமா. உக்காந்து போலாமா.”

“போலாம் பா. எங்க போறோம்.”

“மலைக்கு மேல போனும். சரி மெதுவா கால வச்சி போ.”

ஆர்த்தர் அவன் அலைபேசியை எடுத்து அதன் மின்விளக்கை எரியவிட்டான். அதில் வெளிப்பட்ட சிறு ஒளி எந்த மாற்றத்தையும் தரவில்லை. மீண்டும் அணைத்து பையிலேயே போட்டுவிட்டு தொடர்ந்து ஊர்ந்தனர். பனியின் அடர்த்தி அதிகமானது. தாமஸுக்கும் ஆர்த்தருக்கும் பல் இடித்துக் கொண்டு நடுக்கம் ஏற்பட்டது. தொடர்ந்து நகர்ந்தாலொழிய அவர்கள் குருதியை இயக்க வேறு வழியில்லை. உடல் சதைகள் முழுக்க தளர்ந்து கதறின. இதயத்துடிப்பு அடிக்கும் வேகத்தில் நெஞ்சக்கூட்டை விட்டு பியர்ந்து வந்துவிடும் போல் இருந்தது. சூடான மூச்சிக்காற்று நாசியை எரித்தது. பனியின் அடர்த்தி மேலும் கூட கூட அரை அடி முன்னிருக்கும் பாதை கூட தெரியவில்லை. அவர்கள் அனைவரும் மேகத்தினுள் இருந்தனர். இடி முழக்கத்துடன் பனி சாரல்கள் “சரசர”வென அவர்கள் மேல் விழுந்து நனைத்தன. வந்தாச்சி வந்தாச்சி என ஆர்த்தர் தனக்குள்ளேயே முனங்கி கொண்டான். “தாமஸ் தாமஸ்” என முணுமுணுத்தான். “தாமஸ காப்பாத்திடலாம் காப்பாத்திடலாம்” என மீண்டும் மீண்டும் மந்திரம் போல் உச்சரித்தான். தொடர்ந்து நகர்ந்த ஒரு மணி நேர ஏற்றத்தில் சூரிய ஒளி மீண்டும் தென்பட்டது. உச்சியை அடைந்துவிட்டோம் என அவன் மனம் படபடத்தது.

“தாமஸ் வந்தாச்சி, மேல வந்தாச்சி எல்லா சரியாக போது” என நடுங்கும் குரலில் கத்தினான். அடுத்து ஓர் பத்து நிமிட ஏற்றத்தில் மலை உச்சியை அடைந்தனர். உடல் முழுக்க நனைந்து நடுக்கம் கண்டது. பெரும் வியப்பாக அவர்கள் கண்களை நம்ப முடியாதபடி பிரம்மித்து நின்றனர். அவர்கள் மேகத்திற்கு

மேல் நின்றிருந்தனர். அந்தியின் கடைசி நிமிடங்களை அவர்கள் கண்டு கொண்டிருந்தனர். மேற்கு மலைகளுக்குள் மறைந்துக் கொண்டிருந்த சூரியன் அவன் மருட்சி காட்சிகளை வானத்திரையில் நிகழ்த்திக் கொண்டிருந்தான். ஆர்த்தரும் தாமஸும் அதுபோல ஒரு ஒளிக்கலவைகளை வரிவரியாக பிரிந்து நின்ற வண்ண மேகத்திரள்களை கண்டதேயில்லை. அது ஊதா இளஞ்சிவப்பு மஞ்சளாக விவரிப்பிற்கு அப்பாலிருந்தது. கூட்டம் கூட்டமாக பறவைகள் மேற்கு மலைக்குள் கூடடைய செல்வது மௌனமாக*(silhouette) தெரிந்தது. வீசும் காற்று தென்றலென அவர்களை வருடி உலரவைத்தது. இயல்பை அடைந்த ஆர்த்தர் சுற்றும் முற்றும் பார்த்தான். மலையின் உச்சி அகண்ட சம தளமாக இருந்தது. தாமஸை அழைத்துக்கொண்டு நேராக உள் நடந்தான். அங்கு யாரையும் ஆர்த்தரால் காண முடியவில்லை. “கருப்பன் ஐயா” என குரலெழுப்பினான். அவன் யாரை அழைக்கிறான் என உணர்ந்த நாய் நேராக ஒரு சறுக்கு பாறையை நோக்கி ஓடியது. அந்த பாறையின் இடது பக்கம் ஒரு ஆள் உள் நுழையும் அளவிற்கு குடையப்பட்டிருந்தது. உள்ளே சென்ற நாயை காணவில்லை குழம்பி நின்ற ஆர்த்தரின் பின் பக்கமாக அந்த நாயின் குரைக்கும் சத்தம் கேட்டது. திரும்பி பார்த்த ஆர்த்தர் அந்த நாய் வேறு ஒரு பாறை இடுக்கு வழியாக மேலே வருவதைப் பார்த்தான். சில நொடிகளில் நாயை தொடர்ந்து அறுபது வயது மதிக்கத்தக்க ஒல்லியான செம்மண் நிறத்தில் ஒருவர் வெளிப்பட்டார். ஆர்த்தர் அவர் தான் கருப்பனாக இருக்க முடியும் என எண்ணினான். சிறு தயக்கத்திற்கு பிறகு அவரை அணுகினான். சூரியன் முழுதாக மேற்கில் இறங்கியிருந்தது. வானம் கரு நீலமாக மாறியிருந்தது.

“ஐயா வணக்கம். நீங்க தா மருத்துவர் கருப்பனுங்களா?”

“நீங்க தா ஆர்த்தரா நார்வேலந்து வரிங்களா?”

“ஆமா ஐயா.”

“ரெண்டு நாள் முன்ன சரவணன் நார்வேலந்து உங்க பையன பத்தியும் அவனோட நோய், கொடுத்த சிகிச்சை பத்தியும் மெயில் அனுப்பியிருந்தாரு. சரி வாங்க.”

அவர் இருவரையும் மலையின் வடக்கு பக்கமாக அழைத்து சென்றார். பாறை சரிவில் இறங்கி பத்து மீட்டர் வலது புறம்

நடந்து அங்கு இயற்கையாக அமைந்திருந்த பெரும் குகையை அடைந்தனர்.

“உள்ள வாங்க. எப்படி ஏறி வர சிரமமாயிருந்திச்சா.”

“அஞ்சாவது மல தா கஷ்டமா இருந்துச்சி. தோ இவந்தா வழி காட்டுனா.”

“அவன் தா இந்த மலைக்கே ராசா” என அவர் நாயை தடவிக் கொடுத்தார். பாறைக்குள் நுழைந்தவுடன் அதன் பரப்புகள் சிறு அறையை போல் சீரமைக்கப்பட்டிருந்தது. அதன் மூலைகளில் மூங்கில் படுக்கைகளும் நீர் குவளைகளும் அதை அடுத்து சிறு சிறு குப்பிகளும் குடுவைகளும் அடுக்கி வைக்கப்பட்டிருந்தன. அந்த இடம் கதகதப்பாக இருந்தது. இயற்கையாக காற்று உள் வந்து வெளி செல்ல ஆங்காங்கே துளைகள் இருந்தன.

“எவ்வளவு காத்து மழ வெயில் அடிச்சாலு இந்த குக இப்படியே தா இருக்கும்.”

அவர் “டே” என அந்த நாயை அழைத்தார். மேலே தொங்கிக் கொண்டிருந்த பானையிலிருந்து காய்ந்த இறைச்சி துண்டை எடுத்து போட்டார். வேகமாக அதை கவ்விக்கொண்டு வெளியில் ஓடியது. தன் கடமையை நிறைவாக முடித்த மகிழ்வில் அந்த நாய் மீண்டும் தன் வீட்டிற்கு ஓடியதாகப்பட்டது.

“நீங்க இன்னைக்கு இங்கேயே படுத்துக்கோங்க. காலைல பேசலாம்.”

அவர் மூங்கில் பாடுக்கையை எடுத்து கொடுத்தார். பானையில் நீர் இருப்பதாக சொன்னார். இரவு சாப்பிட அவர் வைத்திருந்த கொய்யா பழங்களை கொடுத்தார். சிறுகுப்பியை திறந்து மிளகு போன்ற விதைகளை தாமஸிடம் கொடுத்தார். அவனை தன்னருகே அழைத்தார். நாடியை பிடித்து பார்த்தார்.

“இத சாப்புடுங்க. பசிக்காது நல்லா தூக்கம் வரும். எந்த பயமுமில்ல அமைதியா தூங்குங்க காலைல வரேன்.”

அவர் குகையை விட்டு வெளியேறினார். ஆர்த்தரும் தாமஸும் ஒருவரை ஒருவர் பார்த்துக் கொண்டனர்.

“சரி தூங்கலாம். அடிச்சி போட்ட மாதிரி இருக்கு.”

"எனக்கு தூக்கம் வரலையே பா."

"படுத்தா வந்துடு. இத சாப்புடு. படு."

ஆர்த்தர் மூங்கில் பாயை தரையில் விரித்தான். தலைக்கு வைக்க அவன் தோளில் மாட்டியிருந்த பையை கொடுத்தான்.

"சரி. நீயு படு பா."

"படுக்குற டா. எங்கயு போல."

படுத்த சில நிமிடங்களில் தாமஸ் உறங்கிப் போனான். ஆர்த்தரால் நிம்மதியாக படுத்திருக்க முடியவில்லை. அவன் மனம் அங்குமிங்கும் ஓடியது. மீண்டும் ஒரு வித பதட்டம் அவனை தொற்றிக்கொண்டு இதயத்தை கனக்க செய்தது. அவன் தாமஸை திரும்பி பார்த்தான். எந்த சலனமுமின்றி ஓடும் நதியை போல் அமைதியும் நம்பிக்கையுமாக அவன் முகம் இருந்தது. ஆர்த்தர் எழுந்து வெளியே சென்றான். மருத்துவரை தேடினான். அவன் மீண்டும் உச்சிக்கு ஏறினான். கருப்பன் வானை பார்த்தபடி பாறையில் அமர்ந்திருந்தார்.

"ஐயா..."

"ஆர்த்தர் படுக்கலையா?"

"இல்ல ஐயா தூங்க முடியல. மனசு கனமாயிருக்கு."

"எனக்கு புரியுது ஆர்த்தர். நீங்க தூங்க முயற்சி செய்யுங்க. காலைல பேசலாம்."

ஆர்த்தர் பதிலேதும் பேசாமல் அவர் அருகில் அமைதியாக நின்றிருந்தான்.

"ஆர்த்தர்..."

"சொல்லுங்க."

"ஆர்த்தர் உங்க பையனுக்கு இருக்குற நோய என்னால குணப்படுத்த முடியாது. என்ன கேட்டா அது நோயில்லனுதா சொல்லுவன்."

அவர் சட்டென உதிர்த்த வார்த்தைகளை ஆர்த்தரால் உள் வாங்கிகொள்ள முடியவில்லை. அது அவன் காதிற்குள்

நுழைந்து அலை அலையாக பெருகி உள்ளுக்குள்ளிருந்து அவனை பிளந்தது. கருப்பன் முகம் சட்டென மாறியது. அவர் முகத்திலிருந்து புழுக்கொட்ட கோரமாக சீழ்பிடித்து சிவக்க இளக்கார சிரிப்பொலிகள் எழுந்தன.

“நீங்க கருப்பனா இருக்க முடியாது. யார் நீங்க.”

அவர் ஆர்த்தரை பார்த்து புன்னகைத்தார்.

“ஆர்த்தர் அதான் காலைல பேசலாம் சொன்ன.”

“பேச என்ன இருக்கு. பத்தாயிரம் கிலோமீட்டர் தாண்டி காடு மல தேடி வந்தா சரி செய்ய முடியாதுனு சொல்லுரிங்க. நாங்க எதுக்கு இவ்வளவு தூரம் வரனும்.”

அவன் பதட்டத்தில் புலம்பினான். செய்வதறியாது தவித்தான். ஆவேசமாக கத்தினான். பின் அவர் தோளை பிடித்து கெஞ்சினான்.

“எப்படியாவது தாமஸ காப்பாத்தனு ஐயா. நா என்ன பண்ணனு சொல்லுங்க பண்ணிடுற. எனக்கு அவ மட்டும் தா இருக்கா. உங்களால மட்டுதா அவள காப்பாத்த முடியும். அலோபதியால எதுவும் செய்ய முடியுல, அறிவியலால தாமஸ காப்பாத்த முடியாது. உங்களால முடியும். உங்கள எல்லாரு சித்தர்னு சொல்லுறாங்க. கடவுள நீங்க நேரா பாப்பிங்க, பேசுவிங்கனு சொல்லுறாங்க. உங்கள மட்டும் நம்பி தா நாங்க வந்தோம். முடியாதுனு சொல்லாதிங்க.”

அவன் உடல் சோரும் வரை புலம்பினான். பின் ஒரு பாறையின் மேல் சாய்ந்தான். அவர் பதிலேதும் பேசவில்லை அமைதியாக நின்றார். காற்று எந்த இரைச்சல்களையும் எழுப்பாமல் உலாவிக்கொண்டேயிருந்தது. கருப்பன் வானை பார்த்தபடி பாறையின் மேல் நின்றிருந்தார். சில நிமிடங்கள் கழித்து

“ஆர்த்தர்... என்னால தாமஸ குணப்படுத்த முடியாது.”

ஆர்த்தர் பதிலேதும் பேசவில்லை. சில நொடிகள் கடந்து “சரி நாங்க வரோம்” என்றான்.

“நீங்க கடவுள்கிட்ட பேசியிருக்க முடியாது, சாத்தான் கிட்ட பேசியிருப்பிங்க.”

“இங்க கடவுள்னு எதுவு இல்ல ஆர்த்தர். அது ஒரு நம்பிக்க மட்டும் தா. நம்பிக்க எப்போவு உண்ம ஆகாது. நோய் உன்னோட பையனுக்கில்ல உனக்கு தான். அவன நோயாளியா பாக்குறத நிறுத்து.”

“என்ன உளறிங்க. அவனுக்கு நோயில்லனா அப்பறம் என்ன.”

“அவனோட உடம்பு இயற்கையா அப்படிதான். அதோட செயல்பாடும் ஆயுளும் கம்மி. எல்லார் உடம்பும் குறிப்பிட்ட வருசத்துல செயல் இழந்துடும். தாமஸ் உடம்பு மத்த உடம்போட சீக்கிரமா செயல் இழந்துடும். என்னோட மருத்துவத்தாலயு இன்னைக்கி வளந்திருக்க விஞ்ஞானத்தாலையும் தாமஸ் உடம்போட செயல்பாட்ட அதோட ஆயுள நீட்டிக்க முடியுல. முப்பது வருசத்துக்கு முன்ன சிறு நீரகமோ, இதயமோ செயலிழந்தா அவனோட உடம்பு செயல் இழந்திடும். இன்னைக்கி அறிவியல் சிறுநீரகத்த இதயத்த மாத்தி அவன் உடம்போட செயல்பாட்ட அதிகரிக்குது. தாமஸ் விசயத்துல இன்னம் நம்ம முன்னேறனும். அத நீ புரிஞ்சிக்கோ ஆர்த்தர். அவன நோயாளியா பாக்காத. இங்க கடவுளுயில்ல சாத்தானுமில்ல சித்த மருத்துவமு அறிவியல் தான். அதால என்ன செய்ய முடியுமோ அததா செய்ய முடியும்.”

“அவனுக்கு யா இப்படி நடக்கனும். அவன காப்பாத்தவே முடியாதா?”

“ஆர்த்தர் யதார்த்தத்த ஏத்துக்கோ. மரணத்த புரிஞ்சிக்கோ. அத பாத்து பயந்து ஓடாத. எல்லாருக்கும் அது வரும், இயல்புனு உணரு. உனக்கு எனக்கு அது வரும் எல்லாருக்கு அது வரும் தாமஸுக்கு அது முன்னமே வருது. தாமஸ அவனோட விருப்பத்துக்கு வாழவிடு. உன்னோட பயம் அவன கூண்டுக்குள்ள அடைக்குது. உனக்கு புரியுதா தாமஸ் தனியாவே எந்த சிரமுமில்லாம அஞ்சி மல ஏறி வந்துருக்கான். அவன நோயாளியா மட்டு பாக்காத.

உன்னோட பயம் தான் அவன வேகமா கொல்லுது. இப்போதிக்கு தாமஸ கண்டிப்பா குணப்படுத்த முடியாது. அவன் இறக்கலாம். ஆனா அறிவியலும் விஞ்ஞானமும் வளரும் ஆர்த்தர். ஒருவேள தாமஸ் அவ்வளவு நாள் உயிரோட இருந்தானா அவன காப்பாத்தலாம். ஒனக்கு புரியும்னு

நனைக்குற ஆர்த்தர். போய் ஓய்வெடுங்க. தாமஸுக்கு என்ன மகிழ்ச்சிய தருதோ அத பண்ணுங்க. அவனுக்கு கூண்டுக்குள்ளந்து விடுதலைய கொடுங்க."

ஆர்த்தர் எதுவும் பேசவில்லை. மௌனமாக நகர்ந்து வந்துவிட்டான். தாமஸ் எந்த இடையூறுமில்லாமல் தூங்கிக்கொண்டிருந்தான். அவனின் மூச்சுக்காற்று சீராக வந்துக்கொண்டிருந்தது. ஆர்த்தர் தாமஸின் நெற்றியை வருடினான். அவனின் கண் கலங்குவதை நிறுத்த முடியவில்லை. தாமஸை இறுக்க அணைத்துக்கொண்டான்.

காலை பூத்தது. கூடடைந்த பறவைகள் மீண்டும் கூட்டம் கூட்டமாக கிழக்கு புறமாக சென்றுக்கொண்டிருந்தன. ஆர்த்தர் கருப்பனை பார்த்தான். பெரிதாக எதுவும் பேசவில்லை. நன்றி என்றான். அவரும் நன்றி என்றார். மலை இறங்குவதற்கான அவர்களின் வழிகாட்டி வந்து சேர்ந்தது. தாமஸ் அவன் பையிலிருந்து ரொட்டி துண்டுகளை எடுத்து கொடுத்தான். அதை கவ்விக்கொண்டு முன் செல்ல மூவருமாக மலை இறங்க தொடங்கினர்.

***

எட்டு மாதங்கள் கடந்திருந்தன. ஆர்த்தர் சென்னையிலேயே அவர்கள் குடும்பத்துடன் குடிபெயர்ந்திருந்தான். அன்று மதியம் மூன்று மணி அளவில் தாமஸை பள்ளியிலிருந்து அழைத்து வர சென்றிருந்தான். தாமஸ் பள்ளி மைதானத்தில் அவன் நண்பர்களுடன் சிரித்து ஓடி விளையாடிக் கொண்டிருந்தான்.

நார்வே மருத்துவர்கள் சொன்ன காலத்தை தாண்டி ஆறு மாதங்கள் சென்றிருந்தன. என்றாவது ஒரு நாள் தாமஸ் மரணிக்கலாம் என ஆர்த்தர் நினைத்திருந்தான். ஆனால் அந்த நாளுக்காக தாமஸை முடக்கவில்லை. அவன் கூண்டுக்கதவுகளை திறந்து விட்டான். அவன் கண்ணுக்கு இப்போதெல்லாம் சாத்தான் தெரிவதில்லை.

ஆர்த்தரை பார்த்த தாமஸ் "அப்பா" என ஓடி வந்து தாவிகட்டிக்கொண்டான். தாமஸ் சிரித்தான், தாமஸ் குதித்தான், தாமஸ் ஓடினான், தாமஸ் வாழ்ந்தான்.

***

வாழனு கண்ணு...

“பயப்படாதிங்க கொஞ்ச நேரத்துல சரியாய்டும். அவங்களால நம்மல கண்டு புடிக்க முடியாது. சத்தம் போடாமா அமைதியா இருக்கலாம் எல்லா கொஞ்ச நேரத்துல சரியாய்டும்.”

எங்க அப்பா எங்க எல்லாருக்கும் தைரியம் கொடுத்தாரு. ஆனா உள்ளுக்குள்ள அவரே பயந்திட்டு தா இருந்தாரு. எங்க தலைக்கு மேல விழுற சத்தம் இன்னம் குறையல. மாமாவு அக்காவு நாங்க தப்பிச்சி போக வழியிருக்கானு பதட்டமா தேடிகிட்டிருந்தாங்க. ஆனா ஒன்னு கிடைக்குற மாதிரி தெரியல.

எங்க குடும்பம் முப்பது பேர். யான்னு தெரியல எங்கள வெளி ஆளுங்க யார் பாத்தாலு அடிக்க விரட்ட மாட்டுனா புடிச்சி கொல்ல வராங்க. யா நாங்க என்ன தப்பு செஞ்சோம்னு தோனும். யா எங்கள கொல்லுறாங்க நாங்களு அவங்கள போல தான. ஆனா இதலா சொல்லி புரிய வைக்க முடியாது. நின்னு பேசுறதுக்கு முன்னாடியே எங்க உசுரு போய்யிருக்கும். எங்க உசுர காப்பாத்திக்க நாங்க ஓடிட்டே தா இருக்கனு. நாங்க ஒரு வேள தீண்டப்படாதவங்களானு தெரியல எங்கள பாத்தாலே நோய் வந்துடுமானு புரியல. எங்கள பாத்தோனே அவங்க மூஞ்சி மாறும் பாருங்க ப்பா... அடுத்த விநாடி எங்கள கொன்னாதா அவங்களுக்கு நிம்மதியாவே இருக்கும் போல.

இதெல்லா எப்போலந்து நடக்குதுனு தெரியல. எனக்கு தெரிஞ்ச வரைக்கும் நா லா பொறக்குறதுக்கு முன்னாலேந்தே நடக்கலாம். ஏனா நா பொறந்த அன்னைக்கே எங்க அம்மா என்ன தூக்கிட்டு தப்பிச்சி தா வந்தனு சொல்லுவாங்க. எனக்கு எதுவு ஞாபகமில்ல. ரொம்ப கஷ்டப்பட்டு காப்பாத்துனனு

சொல்லுவாங்க. அதனாலயோ என்னவோ என்ன வெளிய தனியா அனுப்புறதேயில்ல.

நாங்க பொதுவா வெளிச்சத்துல வெளிய போறதில்ல. காலைல யார் கண்ணுலையாவது பட்டா பிரச்சனதா. அம்மாவு அப்பாவு இரவுல போய் யாருக்கு தெரியாம எங்களுக்கான சாப்பாட்ட கொண்டு வருவாங்க. ஆனா அது எங்களுக்கு பத்தாது. எப்பவு எங்களுக்கு பசிச்சிக்கிட்டேதான் இருக்கும்.

ரொம்ப பசிக்குதுனா தூங்கிடு. நாளைக்கு ராத்திரி போய் எதாவது கொண்டு வரனு அப்பா சொல்லி சமாதானம் பண்ணுவாரு. பசிச்சா எப்படி தூக்கம் வரும். இருந்தாலு அப்பா சொல்லிட்டா கேட்டுக்க வேண்டி தா. கண்ண மூடிட்டாலாவது எல்லா துயரமு மறஞ்சிடுமானு பாப்போம்.

என்னோட அண்ண ரொம்ப வேகமா வளந்தான். அவன் அப்பா பேச்ச கேக்க மாட்டான். அவரையே எதிர்த்து பேசுவான். என்னால மறஞ்சி மறஞ்சி இருக்க முடியாது வெளிய போறனு சொல்லுவான். அப்பா எவ்வளவு தடுத்தாலு போய்டுவான். அவன் எப்போவு சொல்லுவான் தாத்தா சொல்லியிருக்காரு “இந்த எடத்துக்கான எல்லா உரிமையு நம்மளுக்கும் இருக்குனு. சொல்ல போனா நாம தா இந்த எடத்தோட பூர்வகுடி. நமக்கு அப்பற தான அவங்களே வந்தாங்க. இன்னைக்கி அவங்க பலமானவங்களா இருக்கலாம் அறிவாளினு தம்பட்டமடிச்சிக்களா ஆனா அவங்க பலத்தால என்ன செஞ்சிருக்கனும் அவங்க அறிவால என்னத்த மாத்திருக்கனும் எல்லாருக்கு சம வாழ்க்கைய கொடுத்துருக்கனுமா இல்லையா மாறா எல்லாத்தையு அழிக்க தொடங்கிட்டாங்க. காடா இருந்த பூமி இப்போ எங்க? எல்லா உயிரில்லாத சுண்ணாம்பு கல்லா தான நீட்டமா நிக்குது. நம்மள போல எத்தன எத்தன கூட்டம் இருந்துச்சி. இப்போ எங்க எல்லாரு? வானம் எவ்வளவு கருத்தாலு ஒரு நாள் வெளுத்து தான ஆகனும். பலமானவனுக்கு பலமானவ வந்து தான ஆகனும்.”

அண்ண வெளிச்சத்துலயே வெளிய போக தொடங்கிட்டான். அவன தடுத்து நிறுத்தவு திராணியில்லாம அவன் எப்போ திரும்ப வருவா வருவானு பயத்துல பொலம்பிட்டே இருப்பா எங்க அம்மா.

மொதல் தடவ போய்யிட்டு ரெண்டு நாள் கழிச்சி வந்தான். வரும் போது எங்களுக்காக நறைய சாப்பாடு எடுத்துட்டு வந்தான். போதும் ராசா இனி போவ வேணானு அம்மா சொல்லுவா. ஆனா அவன் கேக்க மாட்டான். பதிலா எங்க கூட்டத்துக்கிட்டயே பேசுவா.

"வெளிச்சத்துல என்னோட வாங்க தைரியமா போனா நமக்கான தேவையு உணவு நறைய கெடைக்கும். பயந்து பயந்து எதுக்கு குழிக்குள்ளயே பதுங்கி கெடக்கனும். இப்படியே இருந்தா ஒரு நாள் அவங்க வருவாங்க குழி வேற கேக்குதா உங்களுக்குனு இதையு மூடிடுவாங்க." அண்ணன பாத்து வளந்த பசங்களு ரெண்டு மூனு பேர் போக ஆரம்பிச்சாங்க.

ஒரு நாள் மதியானம் அண்ண வேக வேகமா வந்து எங்க வீட்டுக்குள்ள மறைஞ்சா. ஒடம்பு முழுக்க இரத்த காயமாயிருந்துச்சி. அவனோட கால் ஒன்னு ஒடஞ்சிருந்துது. அவன பாத்த நாங்க பதறிட்டோம். அம்மாவால அடக்க முடியாம கதறிட்டா. "இதுக்கு தா சொன்ன தலப்பாட அடிச்சிகிட்ட வெளிய போக வேணா வேணானு." சரி சத்தம் போடாத அவங்க தேடுறாங்க கொஞ்ச நேரம் அமைதியா வுடு தானா சரி ஆய்டும்னு வலில அண்ண முணுமுணுத்தான். யாரும் மூச்ச கூட விடல. சாமி செல மாதிரி ஆடாம அசையாமா சூரிய எறங்குற வர அப்படியே உட்காந்திருந்தோம். அப்பா இனி இந்த எடம் பாதுகாப்பில்லனு வேற எடம் பாக்கனும் சொன்னாரு. நாலு அஞ்சி நாள்ல அண்ணனுக்கு ஒடம்பு தேறுச்சி. அப்பா வேற எடம் பாத்து வச்சிருக்க அங்க போய்டலாம்னு எல்லாரையு கூப்டாரு. அண்ணன் நா வரலனு சொல்லிடுச்சி. அப்பா வானத்துக்கும் பூமிக்கும் கெடந்து கத்துனாரு. ஆனா அண்ணன பத்தி எல்லாருக்கு தெரியு. அவன் பாற அவ்வளவு சுலபத்துல புடுங்கி எடுக்க முடியாது. அப்பாவு இந்த முற புடிவாதமா இருந்தாரு. ஒனக்காக எல்லாரையு காவு கொடுக்க முடியாதுனு சொல்லிட்டாரு. நாங்க ரவுக்கு கிளம்புறோம் யாரையும் புடிச்சி இழுக்குல வரவங்க வாங்கனுட்டாரு.

நாங்க எல்லாரு அப்பாவோட கெளம்புனோம் அண்ணனோட ரெண்டு மூனு பேர் தங்கிட்டாங்க. அம்மாவோட மனசு தா கயிறுல பிரியுற நூலாட்டோ கெடந்துச்சி. நல்லாயிரு சாமினு

அவன் நெத்தில முத்தத்த கொடுத்துட்டு திரும்பி பாக்காம ஓடியாந்தா.

ராத்திரி நா ரொம்ப தூரம் வெளிய போனதேயில்ல. ராத்திரி இவ்வளவு திகிலா இருக்குமானு தெரியுல. செத்த பொணம்கணக்கா எந்த உணர்வையு வெளிப்படுத்தாம வாய பெருசா பொளந்துகிட்டு கெடந்துச்சி. அந்த பொளந்து கெடக்குற வாயில எவ்வளவு பேர அடிச்சி போட்டாலு இன்னம் கேக்கும்.

ராவுல அவங்க பெருசா வெளிய வரதில்ல. ஆனா அவங்க கூடயே சுத்துற நாலு கால் பிராணிங்க எங்கள மோப்பம் புடிச்சிகிட்டே கெடக்கும். எஜமான் காலைல எழுந்திச்சிக்கும் போதே எதாவது பரிசு தற்றது தான அடிமைங்களோட வேல. அப்பா நிக்காம போலா போலானு எங்கள வெரட்டிட்டேயிருந்தாரு.

உசுர சுமக்குறதே பெருசாயிருக்குற எங்களுக்கு மூட்ட முடிச்ச சுமந்துட்டு போகவா நேரமிருக்கும். எல்லாரு வேக வேகமா அப்பா பின்னாலயே ஓடுனோம். பாதி தூரம் கூட கடந்திருக்காது மூச்சி இறைக்க ஆரம்பிச்சிடுச்சி.

நீ ஒன்னோட மனசு சொல்லுறபடி ஓடிட்டேயிரு. ஓடுனா உன்னோட மூச்சி உன்ன விட்டு எங்கயு ஓடாது. உடம்பு பேச்ச கேட்டு நின்னா அப்பறம் மூச்சி உன்ன விட்டு ஓடிடும். நீ அவன் முன்ன மண்டியிடாத. உன்ன கொல்ல வரவன் கருண காட்ட மாட்டான். அவன் முன்னாடி அழாத உன்னோட கண்ணீர் அவன எப்பவு கரைக்கபோறதில்ல. உன்னோட கோவமு அவன வீழ்த்தாது. நீ வாழ்றது மட்டு தா ரொம்ப முக்கியம். ஓடிட்டே இரு கண்ணு. ஒரு நாள் பலமானவனுக்கு பலமானவ வருவான். அவ எல்லாத்தையு பாத்துப்பான். அது வர நம்ம வாழனும்னு அப்பா தென தென சொல்லுவாரு.

“வந்தாச்சி வந்தாச்சி கிட்டக்க வந்தாச்சி நிக்காம சத்தம் எழுப்பாம வாங்க.” திடீர்னு என்ன ஆச்சினு தெரியுல அப்பா பாம்ப பாத்த பல்லியாட்டோம் ஒறஞ்சிட்டாரு. “ஊர்ர்ர்..”னு சத்தத்த எழுப்பிட்டு அந்த நாலு கால் பிராணிங்க இருள கிழிச்சிகிட்டு வெளிவருதுங்க. இருபது, முப்பதுக்கும் மேல வாயில எச்சொழுக எங்கள சுத்தி நிக்குதுங்க. நெருப்ப

கக்கும் அதுங்க கண்ணுல எந்த எரக்கமுயில்ல. அதுங்க மூச்சிக்காத்தும் விசமா பரவுது. எங்க போய் பதுங்கனாலு அதுங்க மோப்பத்துலந்து தப்ப முடியாது, எதிர்த்து அடிக்கவு வலுவில்லா எங்க கூட்டம் ஒடம்புல உசுரில்ல. அதுங்க எஜமானன எழுப்புறதுக்குள்ள நாங்க எதாவது செய்யனு.

அம்மா எங்கள திரும்பி பாத்தா. அவ மொகம் சிரிக்க கண் கலங்க வாய் நடுங்க முணுமுணுத்தா "வாழனு கண்ணு"னா. அவ எங்க கூட்டத்தவிட்டு பிரிஞ்சி எதிர் பக்கமா ஓடுனா. அறுவது காலுங்களு, முப்பது வெறிப்பிடிச்ச வாயிங்களு அவள தொரத்தி பாஞ்சி கடிச்சி ரயில்ல மாட்டி இழுப்பட்ற மனுசனாட்டோ கூழ் கூழா ஆக்குச்சிங்க. அவளோாட அலறல் இன்னம் அடங்கல. கூட்டத்தோட மீதி உசுரயாவது காப்பாத்த அப்பா அவர் கண்ணுல வழியுற நீர கட்டிட்டு எங்க எல்லாத்தையு இழுத்துட்டு ஓடுனாரு.

புது வீடு பெருசா இருந்துச்சி. ஏற்கனவே அங்க எங்கள போல ஒரு சின்ன கூட்டம் இருந்துச்சி. எல்லாரோட வலியு ஒன்னு தா பிரிஞ்சி ஒளிஞ்சி கெடக்குற எங்க ஆளுங்க இது போல அபூர்வமா பாத்துக்கிட்டா கோடைல விழுற மழ தான். பனில அடிக்குற அனல் தான்.

சக்கரைய தூக்கி கிட்டு ஓடுற எறும்பாட்டோ நாளும் பொழுதும் ஓடுச்சி. நானு பெரியவளாய்ட்ட. திடீர்னு என்னனு தெரியுல எங்க புது வீட்டுல இருக்குற ஒருத்தன பாத்தா மனசு படபடனு அடிச்சிக்குது. அவன் பக்கத்துல வந்தா மூஞ்சி சிரிக்குது. விலகி போனா தொண்டைய அடைக்குது. எவ்வளவு கலவரத்துக்கு நடுலையு கோழி குஞ்ச தூக்கிட்டு போற கழுகாட்டோ காதல் என்னையு தூக்கிட்டு போது. அழகன்னு சும்மாவா சொல்லுவாங்க. கூட்டத்துல இருக்குற எல்லா சிறுக்கிகளும் அவனயே சுத்துதுங்க. அழகன்னு சும்மாவா சொல்லுவாங்க. கூட்டத்துல இருக்குற எல்லா கெடாக்களு அவனோடயே மல்லுக்கு நிக்குதுங்க. எவ்வளவு நாள் தா கண்ணுலயே பேசுறது. நடக்கும் போது ஆடுற அவனோட சின்ன தொப்பைல படுத்து தூங்குறதா நா முடிவு பண்ணிட்டன். தயங்கி தயங்கி போய் என்னோட விருப்பத்த சொன்ன "ஒனக்கென்ன இவ்வளவு தயக்கம். ஓ உடம்புலந்து வீசுற வாசன என்ன எப்பவு கிரங்கடிக்க தவறனதில்ல"னா.

அத கேட்ட நா அறுப்புக்கு நிக்கிற பயிராட்டோம் கனத்து போய்ட்டன். எல்லா கதையிலையு வர எடக்கனுங்க என்னோட கதைல மட்டு வராமலா இருப்பாங்க. "நா இருக்கும் போது அவள கொண்டு போக ஒனக்கு என்ன உரிம"னா ஒருத்தன். "பழம் பழுத்தது பொது காட்டுல அத பறிக்க நீ மட்டு யாரு"னா இன்னொருத்தன். "யார் ஒடம்புல தெம்பிருக்கோ அவனே தூக்கிட்டு போவான்"னா வேறொருத்தன். நா என்ன எல்லா பக்கமு கடி படுற சோளமா. இங்க பொண்ணுங்க மனசு அம்பலமாகுறதில்ல. நா நடக்குறது நடக்கட்டும்னு வந்துட்டேன். மல்லுக்கட்டுன எல்லா பயல்களையு தூக்கி அடிச்சா என் ஆளு. சண்ட ஒரு நாள் ரெண்டு நாளா நடந்துச்சி ஒரு வாரம் ரெண்டு வார்மனு நீண்டுச்சி. "இனி யாராவது இருக்கிங்களா. அவ பொது காட்டுல பழுத்த பழமில்ல அந்த மரமே நான் தா. உடம்புல தெம்பிருக்குறவ யவன் வந்தாலு அவன் ஒடம்புல உசுரு தங்காது"னு என் ஆளு சிங்கமா தலைய சிலிப்பிகிட்டு கர்ஜித்தான்.

அவன் என்ன தூக்கிட்டு போல நானே பறந்தேன். அவன் எனக்குள்ள வந்த உடனே தா இந்த மண்ணு பூத்துச்சி, சுத்தி அடிக்குற நாத்தமெல்லா வாசமா மாறிச்சி. அவனோட ஆவேசம் இன்னம் அடங்கல. அவனுங்க மேல இருக்குற கோவத்த ஏ மேல காட்டுனா இந்த பிஞ்சி ஒடம்பு தாங்குமா. ஆனா நா எதுவு பேசல. எல்லாமே அவனோட விருப்பம்னு விட்டுட்ட. அவனால சொகத்த வெளிவிட மட்டு தா முடியும். அத வாங்கிக்கிறவ நாதானே.

மழ காலம் ரொம்ப கஷ்டம். ரெண்டு சொட்டு விழுந்தாலே வீடு கொளம் தான். தேங்குற குட்ட சாக்கடையா மாறும். காரணமே இல்லாம எங்க ஆளுங்க சுரத்தால படுத்து செத்து விழுவாங்க. ஒரு உசுரு போனா போதாதுனு ஒன்னு பல உசுர கூடவே கூட்டிட்டு போவும். அவசர அவசரமா வீட்ட மாத்துவோம். எத்தன வீட்ட மாத்துனாலு ரெண்டு சொட்டு மழ விழுந்தா கொளம் தான். மழ காலம் போகும் போது அதோட எங்க கூட்டத்துல பாதி உசுரு கூடவே போய்டும்.

ஏ வயிறு பெருசாச்சி. அவனு வேற ஒருத்தி பின்னால போய்ட்டான். பொண்ணுங்க வயிறு பெருசானா நறைய குசு வருமா என்ன? எதுக்கு இப்படி ஓடுறானுங்க. ஆனா என்னால

இந்த வயித்த வுட்டுட்டு ஓட முடியலையே. ஏன் வயித்துக்குள்ள என்ன இருக்குனு மல்லாக்க படுத்து பாத்தா தெரியுமா? நாளாவ நாளாவ காத்திழுக்குற தவள வாயாட்டோம் என் வயிறும் பெருசாய்ட்டே போச்சி. இனி இத தூக்கிட்டு சுத்த முடியாது. சீக்கர வெடிக்கட்டும்னு இருந்துச்சி. விடிய காலைல உசுரு போற வலி என்னோட எலும்பு கூட்ட மொத்தமா பிரிக்கிற மாதிரி இருந்துச்சி. வலியால என்னால கத்த முடியல. தவளையோட வாயி காத்த எப்போ வெளிய விடும். கைய ரெண்டையு நெத்தில வச்சி இறுக்கி அழுத்திக்கிட்டேன். எங்க அம்மா சொல்லுவா ஒனக்கான நேரம் வரும் நீ என்ன போல மாறுவனு அப்போ தைரியமா இரு. நம்ம வலிய நம்ம தான சுமக்கனு. நானு சுமந்த நீயும் சுமப்பனு. அவ இப்போ என்னோட இருந்தா நல்லாயிருந்துருக்கும். ஏன் கண்ணு கலங்குது, “அம்மா.....”னு ஏ மனசு முணுமுணுக்குது. அடுத்த நொடி எல்லா இருண்டு போச்சி. சுழல் சுழலா வரும் நறையா வளையங்க. அந்த வளையம் என்ன எங்கையோ கூட்டிட்டு போய் கொண்டாருது. வெளிச்சம் திரும்ப தெரியும் போது தவள வாயில காத்தில்ல. கீழ கெடக்குற ஏ கொழந்தைய அப்பா தூக்கி ஏ கைக்குள்ள வச்சாரு. என்னால அசைய முடியல. கொஞ்ச நேரத்துல சரியாய்டும் அமைதியா ஓய்வெடுனாரு. எங்க அப்பா முகத்துல சந்தோசம். எங்கள தனியா விட்டுட்டு விலகி போனாரு.

அவருக்கு வயிசாகியிருந்துது. தளர்ந்த ஒடம்பையும் வெளுத்த மயிரையு தா இப்போலா அவரு அதிகமா நேசிக்கறதா எனக்கு படும்.

இனி நாதா எங்க குடும்பத்த பாத்துக்கனு. அவங்கள வழி நடத்தனும். உணவுக்காக தேடி அலையுறது ரொம்ப சலிப்பான வேல. உலகத்தோட மொத்த துயரமு என்ன பாத்து சிரிக்கிறதா இருக்கும். அது பெரிய வேதனையா மனச அழுத்தும். நா மட்டுனாலு பரவால இப்போ என்ன நம்பி நறைய பேர் இருக்காங்க. அவங்களுக்காகவாது நா நடந்து தான ஆகனும். தேடி ஓடி தான ஆகனும். பல நேரத்துல அழுகி போன உணவாயிருந்தாலு பரவாலனுயிருக்கும். வயித்து பசிக்கு நல்லது கெட்டதுனா தெரியும். கெடச்சத அள்ளி வாயில திணிக்க வேண்டி தான.

காலம் மாறுனாலு வாழ்க்க மாறல. எங்க குடும்பம் வச வசனு பெருத்து போச்சி. எங்க தேவையு அதிகமாச்சி. தேடி அலைஞ்சும் சாப்பாடு கெடைக்கலனா வேற என்ன செய்ய முடியும். அவங்ககிட்டந்து திருடுவோம். அது எப்படி திருட்டாகும். எங்க ஆளுங்கள கொன்னு நாங்க இருந்த எடத்த அழிச்சி அவங்க புடுங்கிக்கலையா. எங்க உணவையும் பயிரையும் அழிச்சி அவங்களுக்கான உணவாவு பயிராவு மாத்திக்கலையா. பசுமையா அமைதியா வாழ்ந்த எங்கள நாடோடியா சுத்த விடலையா. அவனுங்க கண்டமேனிக்கு சுத்திட்டு புது புது நோய கொண்டாந்தாலு. அதுக்கு நாங்க தா மொதல பலி ஆகனும். உயிர அழிச்சி உயிரில்லாத கல்ல கட்டி வாழுற அவங்க எங்க ஒடம்பு மொத்தத்தையும் திருடுறாங்க. நாங்க என்ன அவ கழிவ சோதிக்கும் சோதன கூடமா. இதுக்கு பேர்லா திருட்டில்லனா நாங்க பசிக்காக வேற வழியில்லாம எடுக்குறது மட்டும் எப்படி திருட்டாகும். இங்க நியாயத்தக்கூட வலியவ சொன்னா தா எடுபடும்.

பெரிய கூச்சலோட எங்க அப்பாவு அக்காவு எங்க வீட்டுக்குள்ள வந்து புகுந்தாங்க. அன்னைக்கி அண்ணன எப்படி நாங்க பாத்தோமோ அதே மாதிரி அப்பா உடம்பு முழுக்க ரத்தத்தோட கெடந்தாரு.

பயப்படாதிங்க கொஞ்ச நேரத்துல சரியாய்டும். அவங்களால நம்மல கண்டு புடிக்க முடியாதுனு எங்களுக்கு தைரியம் சொல்லிட்டிருந்த அப்பா கண் கலங்கிட்டிருந்துச்சி. எங்க தலைக்கு மேல விழுற சத்தம் இன்னம் குறையல. பெரிய பெரிய எந்திரத்த கொண்டு வந்து நம்ம வீட்ட இடிக்குறாங்கனு அப்பா பதறுனாரு. இதுலந்து உங்கள எப்படி காப்பாத்த போறனு தெரியலையேனு அழுதாரு. அக்காவு மாமாவு நாங்க தப்பிக்க வேற வழி இருக்கானு தேடுனாங்க. எங்க தலைக்கு மேல நின்ன தடுப்புங்க எல்லா கடகடனு சரிய தொடங்கிச்சி. அவங்களோட கொடூர சிரிப்பொலிய எச்சி தெறிக்கும் பேச்சிக் கொரல என்னால கேக்க முடிஞ்சிச்சி. அவங்க ரொம்ப கிட்டக்க வந்துட்டாங்க. நா என்னோட பசங்கள திரும்பி பாத்தே. ஏ அம்மாவோட கடைசி பார்வ. அவங்களுக்கு எந்த விவரமு புரியல. பயத்துல நடுங்கிக்கிட்டிருந்தாங்க. அக்கா உள்ளந்து கொரல் கொடுத்தா. ரொம்ப சின்ன எடவெளி இருக்குறதா சொன்னா. அது வழியா போனா கண்டிப்பா

68

தப்பிச்சி போய்டலாம். ஆனா எங்களால உள்ள போக முடியாது. என்னோட பசங்கள அனுப்ப முடிவு செஞ்சோம். அப்பா கதறுனாரு. என்னால ஒன்னு பண்ண முடியுலமானு கெஞ்சினாரு. அப்பா போதும்பானு நா அவர இறுக கட்டி புடிச்சிகிட்டன். இனி நடக்குறது நடக்கட்டும் பசங்கள காப்பாத்துவோமுன்ன.

பயப்படாதிங்க கண்ணுங்களா நீங்க மொதல போங்க நாங்க பின்னாடியே வந்துடுவோம். ஒவ்வொருத்தரையா தூக்கி உள்ள போட்டோம். வாழனு கண்ணு பலமானவனுக்கு பலமானவ ஒரு நாள் கண்டிப்பா வருவான். அவன் எல்லாத்தையு சமம் செய்வான். அது வர நம்ம வாழனு கண்ணு. தைரியமா போங்க.

வீடு முன்பக்கம் முழுசா ஒடஞ்சிது. அவங்க எங்கள பாத்துட்டாங்க. அவங்களோட கொடூரமான மொகம் இன்னம் கொடூரமா ஆச்சி. அவங்களோட பெரிய நீட்டமான அசுர காலுங்க முன்ன ஒடஞ்சிபோய் நின்னுகிட்டிருந்த சின்ன சின்ன தடுப்புகள மெதிச்சி நாசம் பண்ணிச்சி. அவங்களோட நீட்டமான கையுங்க ஒரு பெரிய எந்திரத்தோட வாய தொறந்துச்சி. அது பெரிய ஒலிய கிளப்பிகிட்டே தொடர்ச்சியா ஏதோ ஒரு புகைய கக்குச்சி. புக எங்கள முழுசா சூழ்ந்துகிச்சி. எங்களால சரியா மூச்சி விட முடியல. கண் கலங்கி எரிச்சலெடுக்க ஆரம்பிச்சது. ஒடம்ப ஆயிரம் ஊசி ஒரே நேரத்துல தைக்கிற போல வலி எடுத்துச்சி. வாய தொறக்க முடியாம அடச்சிது. அப்பா என்ன இறுக கட்டிக்கிட்டாரு. எல்லாமே கொஞ்ச நேரத்துல முடிஞ்சிடும்னு எங்களுக்கு தெரியும். எங்க ஒடம்பு பொறுமையா மறுத்து போச்சி. புகைக்கு ஊடா வெளிப்பட்ட அவங்களோட குதுகல சிரிப்பொலியையும் பேச்சிக்கொரலையும் நாங்க கேட்டோம். “பொக போட்டாச்சி எலிங்க செத்துடும்”னா ஒருத்தன். “எல்லாத்தையு கொல்லு நிம்மதியா இருக்க முடியல”னா ஒருத்தி. ஆமா எங்கள அவங்க எலினு தா கூப்புடுவாங்க. நாங்களு எங்கள மாதிரி கூட்டமு இந்த மண்ணுல வாழ தகுதியில்லாதவங்க போல. தாத்தா எப்பவு சொல்லுவாரு பலமானவனுக்கு பலமானவ சீக்கிரம் வருவான். அவ எல்லாத்தையு சமம் செய்வான். அது வர வாழனு கண்ணு...

***

ரோமன் ரேன்ஸ் எனும் சேவல்

“ஏய் முகிலு அப்பா கூப்புடுறாரு காதுல விழல.”

“வர இரு.”

“முட்டைய என்னடா கைல தூக்கி வச்சிருக்க. கோவிலுக்கு போனும் நேரமாகுதில்ல.”

“போலாம் இரு. நா பாத்துகிட்டிருக்கல.”

“என்னத்த பாக்குற.”

“முட்டைக்குள்ள இப்போ எப்படி இருக்கும். முட்டைக்குள்ள குஞ்சி வந்துருக்குமா. நா பேசுறது கேக்குமா.”

“டேய் முட்டா பயலே எதுக்கு இப்படி முட்டைய ஆட்டுற. அப்பா வந்து தலைல கொட்டுனா தா அடங்குவ. நா அப்பாகிட்ட போய் சொல்லுற.”

“ஏ ஓடாதடி. வர இரு.”

அவன் எடுத்த முட்டையை தவுட்டின் மேல் இருந்த முட்டைகளுடன் வைத்து விட்டு கொட்டாயை தாண்டி வீட்டை சுற்றி முன் பக்க வாசலுக்கு ஓடினான்.

“அப்பா நா கூப்புட்ட அவ வரல. திரும்ப முட்டைய தூக்கி வச்சிகிட்டு நிக்குறா.”

“கோழிக்கு பதிலா அவனேயே அட காக்க சொல்ல வேண்டி தான. செருப்பால அடி அவன நேரமாகுது வாடானா.”

அவன் முன் பக்க கதவை திறந்தபடி உள்ளே வந்தான்.

“டேய் கூப்புடுற காதுல விழல.”

“அப்பா கிருஷ்ணா வீட்டுல இருந்தன். இப்போ தான் வந்த.”

“பொய் சொல்லுது நாய் கொல்ல வழியா தெருவ சுத்திட்டு வருது.”

“ஏய் நா பொய் சொல்லுல. நீதான்டி பொய் சொல்லுற.”

“சரி கம்முனு வுட. கெளம்பிட்டியா. வா போவோம். அப்பறம் அம்மா வேற கத்தும்.”

***

அன்று அவர்கள் கிராமத்தில் கங்கை அம்மன் கோவில் திருவிழா. ஊர் அம்மன் கோவில் சுத்துப்பட்டு கிராம நகர மக்களால் காலை ஒன்பது மணி பேருந்தை போல் நிரம்பி வழிந்தது. ஒருவரை ஒருவர் இடிக்காமல் அங்கு நடப்பது இயலாத காரியமாக இருந்தது. அவர்கள் கூட்ட நெரிசலையும், தெருக்கடை வியாபாரிகளின் பரபரப்பு பேச்சுகளையும் காவலர்களின் கெடுபுடி அதட்டல்களையும், நெரிசல்களுக்கு மத்தியில் ஓடும் அதிவேக வாகன பொறிகளையும் கடந்து கோவில் பின் பக்க வாயில் வழியாக பொங்கல் வைக்க தற்காலிகமாக அமைக்கப்பட்டிருக்கும் பெரிய ஓலை தடுப்புக்குள் வந்தார்கள்.

“அப்பா... அம்மா அங்க இருக்கு பாரு.”

“இந்தாடா இந்த வறட்டிய எடுத்துட்டு போய் கொடு. நா வந்துடுற. நீயு போமா அம்மா கூட இரு. நா ரெண்டு நிமிசத்துல வந்துடுற.”

அவன் அவர்களை அனுப்பி விட்டு தடுப்புகளை கடந்து கூட்டத்தின் ஊடாக வெளியே வந்தான்.

“டேய் சீனி போன் பண்ணா எடுக்க மாட்டேன்ற. எங்க தனியா சரக்கு போட்டுகிட்டிருக்கியா.”

“யாப்பா கூட்டத்துல ஒரு சத்தமு கேக்க மாட்டேனுது. இன்னம் ஆரம்பிக்கல. கொளத்து பக்கத்துல கக்கூஸ் கட்டிவுட்டுருக்காங்க அங்க வா.”

“மாரி வந்துட்டானா.”

“எல்லாரு வந்துட்டாங்க நீதாயா பாக்கி. சீக்கிரம் வா.”

“வர இரு. ஆரம்பிக்காத.”

***

“அப்பா எங்கடா?”

“வரேனு சொன்னாருமா.”

“யான்டா செருப்பு போட்டுட்டு வர மாட்டியா. தெருவெல்லா வெறும் காலோடட வந்தியா.”

“யாம்மா கொஞ்சம் வெறகு இருந்தா குடும்மா.”

“அவங்களுக்கு ரெண்டு வறட்டிய குடுடி…”

“பையிலந்து வெல்லத்த எடு.”

“எந்த பையி மா.”

“பாரன். மஞ்ச பைய தொறந்து பாரு.”

“நீ யான்டா பொகைல மூஞ்ச காட்டிட்டு நிக்குற. இந்த கல்லுல உக்காரு.”

“இந்தாமா வெல்லம்.”

“ஏலக்காயையு எடுத்து வெளிய வையி.”

“என்னடா நிக்குற.”

“அம்மா அந்தோணி வந்துருப்பான். கூப்புட்டு வந்துடுற.”

“என்ன அந்தோணிஅந்தோணினு. வீட்டு வேல ஒன்னு செய்யாத. அப்பா மாரியே சுத்து போ. சீக்கர வா.”

***

“எப்போ சரக்கு வாங்குன.”

“நேத்தி ராத்திரியே வாங்கி வச்சிட்ட. சரி கதவ மூடிட்டு உள்ள வந்து நில்லு. போலிஸ்கார பாத்தானா தோல உருச்சிடுவான்.”

“என்னாடா அவ்வளவு தானா. இதல ஒன்னு ஏறாதே.”

“அப்பறம் கோட்டர்ல எவ்வளவு வரும்.”

“சும்மாவே இருந்துருக்கலா. இப்போ சொறிஞ்சி விட்ட மாதிரி ஆய்டிச்சி. வேற எங்கயு சரக்கு இருக்காதா.”

“கட இன்னைக்கிதா இல்லையே. வேற என்ன பண்ணுறது.”

“கக்கூஸலா நல்லா போட்டுருக்கானுங்க. ரெண்டு பீங்கான ஒடச்சி வீட்டுக்கு தூக்கிட்டு போய்டலாம்.”

“டேய் மாரி சாண்டகுடிக்கி நானே சரக்கு பத்தலனு இருக்கேன். இப்போ உனக்கு கக்கூஸ¬ போனுமா.”

“சரி பரோட்டாவுக்கு போன்ன போட்டு பாரு.”

“அவ செடல் சுத்துரான்டா. சரக்கு வச்சிருக்க மாட்டா.”

“அப்போ வுடு அவ்வளவு தா. அப்பற பாத்துக்கலாம். யாருக்காவது கெடச்சா போன போடுங்க.”

***

“டேய் அந்தோணி... .அந்தோணி...”

“அவ இப்போ தா குளிக்குறான்டா. வந்து திண்ணைல உக்காரு வருவான்.”

“ஏ முகிலு போலாம் டா.”

“ஏய் சாப்புட்டு போ.”

“ஏ வேணா போ. நா கோவில்ல பொங்க சோறு சாப்புட்டுக்குற. வாடா போலாம்.”

“போலாம்.”

“சரி முட்ட குஞ்சி பொரிஞ்சுதாடா.”

“இன்னம் இல்லையே. இன்னைக்கு காலைல கூட பாத்தன்.”

“இன்னமா வரல. முட்ட வுட்டு எவ்வளவு நாள் ஆச்சி.”

“செரியா தெரியலயே. இருவது நாள் ஆய்யிருக்கும்.”

“அப்போ வந்துடுடா. பாக்கலாம் இரு.”

அவர்கள் கோவிலை நோக்கி நடந்தார்கள். கோவிலின் முன்பக்க வாயில் எதிரில் சதுரமாக பத்தடிக்கு பத்தடி அகலத்தில் ஒரு அடி ஆழத்தில் குழி எடுக்கப்பட்டு விறகுகளும் மரக்கிளைகளும் எரிய விடப்பட்டிருந்தன. முகிலும் அந்தோணியும் ஐஸ் வண்டியையும் பலூன் வண்டியையும் கடந்து இடது புறமாக செடல் சுற்றும் இடத்திற்கு சென்றனர்.

"அப்பா என்ன இங்க நிக்குற. பொங்க வைக்க போல."

"போறன் டா. நம்ம பரோட்டா செடல் சுத்துறா அதா பாக்க வந்த."

"சரி பா ஒரு இருவது ரூவா குடு. ஐஸ் வாங்கிகுற."

"டேய் ஏ கிட்ட இல்ல டா. ஆயா வந்துருக்கு பாரு. அதுகிட்ட வாங்கிக்கோ."

"ஆயாவா எப்போ வந்துது. எங்க இருக்கு."

"இங்க தான்டா நின்னுச்சி. எங்கயாது இருக்கும் பாரு."

"சார் வணக்கம் சார்.'

"ஏய் அந்தோணி எங்கடா இங்க."

"சாமி கும்புட நானும் முகிலும் வந்தோ சார். முகிலு சார் வந்துருக்காரு பாரு."

"சார் வணக்கம் சார். அப்பா எங்க அறிவியல் வாத்தியாரு பா."

"வணக்கம் சார். என்னோட பங்காளி செடல் சுத்துறான். அதான் பாக்க வந்த."

"சரிங்க நல்லது. எனக்கும் நேத்திகடன் இருக்கு. பெரிய கோவிலுக்கு காரு இழுக்க போற."

"நல்லது சார்."

"சரி அந்தோணி முகில் பாருங்க. நா வரன்."

"சரிங்க சார்."

"டேய் முகிலு பசிக்குதுடா உள்ள போனா சோறு போடுவாங்க வாடா."

“இருடா ஆயா வந்துருக்கா பாத்தா காசு கொடுக்கும். வாங்கிட்டு போவோம்.”

***

முப்பது அடி உயரத்திற்கு வேல் ஒன்று நிறுத்தப்பட்டிருந்தது. அதன் பின் பக்கம் சாரம் கட்டி வேலின் தலைக்கு மேல் ஐந்தாறு ஆட்கள் நிற்கும் அளவிற்கு பலகை அடித்து வைத்திருந்தனர். உருகிப்போன கருத்த வெறும் உடலோடு சாரத்திலிருந்து தொங்கியபடி முதியவர் ஒருவர் வேலின் முகத்திற்கு அலங்காரமிட்டுக் கொண்டிருந்தார். சாரத்தின் மேல் நின்றவர்கள் இருவர் அதன் உச்சி கொம்புகளில் கயிறுகளை பிணைத்து மறுமுனையை கீழே தூக்கி போட்டனர். வேலின் நேர் எதிராக ஒரு அடி தடிமனுள்ள இரும்பு தடி ஒன்று நிறுத்தப்பட்டிருந்தது.

“மாப்புள எப்போ செடல் ஏறுற.”

“இப்போ தான கம்பே எறக்கிருக்கானுங்க. எப்படியு சாயங்காலம் ஆய்டும்.”

“சரி டா. எதாவது காசு இருந்தா குடு. சீனு சரக்கு குடுக்குறனு வாய கெடுத்துட்டா.”

“இன்னைக்கு வெரதம் டா. நானே மஞ்ச துணிய சுத்திட்டு வெறும் ஒடம்போட உக்காந்திருக்கே. என்கிட்ட ஒன்னுமில்ல. கன்டத ஞாபகப்படுத்தாத.”

***

“ஆயா.....”

“முகிலு அம்மா எங்க?”

“அம்மா பொங்க வைக்குது. சரி பசிக்குது காசு குடேன்.”

“மாமா பெரிய கோவிலுக்கு ட்ராக்டர் இழுக்க போறா. அம்மாவ கூட்டிட்டு வாடா.”

“எப்போ இழுக்குது மாமா.”

“அவ்வளவு தா கெளம்ப போது. நீ ஓடி போய் கூட்டி வா திஷ்டி எடுக்கனு.”

“சரி இரு வர.”

“கதவுக்கிட்ட வா. நா அங்க போற.”

தொன்னையிலிருக்கும் சக்கரை பொங்கலை முகிலும் அந்தோணியும் வாயில் திணித்தப்படி முகில் அவன் அம்மாவையும் அக்காவையும் முன்பக்க கோவில் கதவருகே கூட்டி வந்தான்.

“எண்ணெய நறையா போடுடா புண்ட... கம்பிய தாங்கி புடி. நீ அந்த பக்கம் போடா. வாய நல்லா தொறப்பா. நாக்க உள்ள தள்ளு. இன்னம் நல்லா தொற.”

பூசாரி கூர்மையான சூலம் கம்பியை எண்ணெய் தடவிய அவன் கன்னத்தின் ஒரு முனையில் குத்தி மறுமுனையில் சரக்கென இழுத்தார்.

“கொஞ்ச நேர அப்படியே உக்காரு பா. ரெண்டு பக்கமு கம்பிய புடிங்க. கொஞ்ச நேர கழிச்சி கைய எடுங்க.”

“அம்மா... சூலம் குத்தியாச்சா. டேய் மாமாவ தூக்கி வுடு.”

“ஹம் வேணா நா பாத்துக்குற” என அவன் சைகை காட்டி மெதுவாக எழுந்து நின்றான். போலாம் என கை அசைக்க அனைவரும் கோவில் முன் கதவுக்கு நடந்தார்கள். மஞ்சள் சிவப்பு சேலை உடுத்திய பெண்கள் அவன் காலில் மஞ்சள் நீரை கொட்டினர். இருபக்கமும் கன்னத்தை கிழித்தபடி பத்தடிக்கு நீட்டிக்கொண்டிருந்த கம்பி அவன் நடக்கும் அதிர்வுக்கு ஏற்றாற்போல் காற்றில் அலையாக அசைந்தாடியது. கதவருகே நின்று கொண்டிருந்த மேள வாத்திய கும்பல் அவன் வருவதை பார்த்தவுடன் வாத்தியங்களை இசைக்க தொடங்கினர்.

அவனை தொடர்ந்து இன்னும் நான்கு பேர் நாக்கில் வேலை குத்தியப்படியும் கை தோள் தசைகளில் வரிசையாக பத்திற்கும் மேற்பட்ட ஒரு அடி நீளமுள்ள இரும்பு கொக்கிகளை மாட்டிதொங்கவிட்டப்படியும் வந்து சேர்ந்தனர். துணை பூசாரிகள் சாங்கிய பாடல்களை பாட கதவருகே நின்று கொண்டிருந்த ட்ராக்டரின் முன் பக்கத்தில் நான்கு வேலை ஆட்கள் கயிறுகளை பிணைத்து அதன் மறுமுனையில் இரும்பு கொக்கிகளை மாட்டிக் கொண்டிருந்தனர். பூசாரி அவன் முதுகில் எண்ணெய்யை எடுத்து பூசினார்.

“முகிலு மாமா கைய புடிச்சிக்கோ.”

பூசாரி ஒவ்வொரு கொக்கிகளாக வாங்கி எண்ணெய் தடவிய அவன் முதுகில் சரசரவென இறக்கினார். வழிந்து கொட்டிய இரத்தத்தை மஞ்சள் சந்தனம் கொண்டு அப்பினார். உடுக்கை, தவிலின் கொட்டும் நாதசுரத்தின் ஒலிகளும் அதிர பூசாரி செடல் கிளம்பலாம் என கத்தினார்.

செடல் கிளம்பும் நேரத்தில் அறிவியல் வாத்தியாரும் நுனி நாக்கில் இரண்டடி நீள சூலத்தை குத்தியபடி அவர்களுடன் வந்து இணைந்துக் கொண்டார். அவர் புதிதாக வாங்கிய ஐ*20 (I 20)* மகிழுந்தை முதுகில் நான்கு கொக்கிகள் கொண்டு பிணைத்துக் கொண்டார். செடல் இழுக்கப் போகிறவர்கள் மீது மஞ்சள் நீர் குடம் குடமாகக் கொட்டப்பட்டது. முகிலின் அம்மாவும் மற்ற சில பெண்களும் அவர்களுக்கு சூடம் சுற்றினார்கள்.

“முகிலு மாமாக்கூட தொணைக்கு போய்ட்டு வா.”

நான்கு கிலோமீட்டர் தொலைவிலிருக்கும் பெரியக் கோவிலுக்கு அவர்கள் ஊர்வலம் கிளம்பியது. முன் வரிசையில் துணை பூசாரிகள் உடுக்கையை அடித்து பாடியபடி சென்றனர்.

“அம்மா சுந்திரி சவந்திரி நிரந்தரி பரம்பரி ஜோதியானவளே உமயே...

சந்தரி சுந்திரி சவந்திரி நிரந்தரி பரம்பரி ஜோதியான உமயே...

கண்டத்த நீக்கும் சுந்தரி மகமி ஆயிமகமாயி அகிலாண்ட கோடி பிரமாண்ட நாயகி....

அகிலாண்ட கோடி பிரமாண்ட நாயகி மகரந்த நாயகி பத்திரகாளி தாயே மீனாட்சி விசாலாட்சி தயானந்தினி அஷ்டலட்சுமி அண்டமே பெயர் பெற்ற அங்கால பரமேஸ்வரி கீழிறங்கி வந்தருளும்மா....

வந்தருளும்மா....”

ஊர்வலம் கோவிலின் முகப்பை கடந்து தார் சாலைக்கு திரும்பிக் கொண்டிருந்தது. ட்ராக்டரும் மகிழுந்தும் மேட்டில் ஏற முடியாமல் திணறியது. பூசாரிகள் “ஓம் சக்தி பராசக்தி தாயே அம்மா துணைக்கு வந்து நில்லம்மா” என உடுக்கையையும் கொட்டுகளையும் அலறவிட்டுக் கொண்டிருந்தனர்.

பூசாரிகளின் குரல்களை தொடர்ந்து சூழ்ந்திருந்த கூட்டமும் செடல் இழுப்பவர்களும் “பராசக்தி தாயே அம்மா....” என வெறிக்கொண்டு கத்தினர். ட்ராக்டரையும் மகிழுந்தையும் மக்கள் பின் பக்கமாக தள்ள முகிலின் மாமாவும் வாத்தியாரும் அவர்கள் முதுகு சதை கிழிந்து வர “ஹாஹா... அம்மா...”எனக் கத்தி முன் இழுத்தனர். ட்ராக்டரும் மகிழுந்தும் மேடு ஏறி தார் சாலையை அடைந்தன. தார் சாலையின் சூடு பாதத்தை உருக்கி பசையாக்கியது. சாலையோரத்தில் நின்ற பெண்கள் வேகவேகமாக வந்து அவர்கள் காலில் நீரை இறைத்தனர். உடுக்கைகளின் தொடர் ஒலி முன் சென்றுக்கொண்டிருந்த நான்கு பேரையும் துணைக்கு நடந்து வந்து கொண்டிருந்த சில பெண்களையும் சாமி ஆட வைத்தன.

முகிலும் அவன் ஆயாவும் செடல் இழுப்பவர்கள் வாயில் சிறிது எலும்பிச்சை சாறையும் சோடாவையும் ஊற்றி விட்டனர். மூன்று மணி நேர நடைபயணத்தில் செடல் பெரிய கோவிலை அடைந்தது. செடலை வரவேற்க நின்றுக்கொண்டிருந்த மக்களும் பூசாரிகளும் அவர்கள் தலையில் மஞ்சள் நீரை கொட்டினர். பூசாரிகள் அவர்கள் முதுகிலும் வாயிலும் பிணைத்திருந்த கொக்கிகளையும் கம்பிகளையும் உருவி எடுத்தார்கள். காயத்தில் மஞ்சளையும் வேப்ப இலைகளையும் குழைத்து அப்பினார்கள். முன்னரே வந்திருந்த வேறு செடல்கள் கூட்டம் ஆங்காங்கே மயக்கத்தால் சுருண்டு படுத்துக்கிடந்தன. முகிலின் மாமாவும் வாத்தியாரும் நேராக சாமி பார்க்க சென்றார்கள். முகிலும் அந்தோணியும் மீண்டும் கங்கை அம்மன் கேவிலுக்கு ஓடினார்கள்.

***

அவர்கள் கோவிலை அடைய மதியம் மூன்று மணி ஆனது. தொங்கும் செடலில் ஆட்களை ஏற்றிக்கொண்டிருந்தனர். செடலில் நேர்த்திக்கடன் செலுத்த மக்கள் வரிசையாக நின்று கொண்டிருந்தனர். பரோட்டா காதிலும் மூக்கிலும் ஊசிகளை குத்திக்கொண்டு வரிசையில் நின்றிருந்தான்.

கால், தொடை, இடுப்பு, முதுகு சதைகளில் இரும்பு கொக்கிகளை தைத்து விமானம் போல் மேலே தூக்கி கொண்டிருந்தனர். நடப்பட்டிருந்த வேலின் முகத்தை அடைந்து அதை தொட்டு வணங்கி பலகையில் நின்றிருந்தவர்களிடமிருந்து பாலையும்

நீரையும் வாங்கி வேலின் மீது திருமுழுக்கிட்டனர். பின் அவர்கள் கீழிறங்க அடுத்தவர்கள் ஏற ஆயத்தமானார்கள்.

குழியில் எரிந்துக் கொண்டிருந்த கட்டைகள் கருகி கனலாகி சாம்பல் பூத்து கிடந்தன. குளக்கரை வடக்கு முகத்தில் அறுபதடி ராட்டினம் தென்பட்டது. முகிலும் அந்தோணியும் ராட்டினத்தை நோக்கி ஓடினார்கள்.

மாலை ஐந்து மணி அளவில் கூட்டம் இரட்டிப்பானது. ஒருபக்கம் ஒலிபெருக்கியில் காவலர்களின் வழிகாட்டும் நெறிமுறைகள் இரைந்தபடி இருக்க மறுபக்கம் ஒலிபெருக்கியில் சாமி பாடல்கள் அலற ஆங்காங்கே மக்களின் குலவைகளும் தவில்களின் கொட்டுகளும் பறைகளின் சத்தங்களும் சேர்ந்து கொண்டு அந்த இடத்தை கலவரமாக்கின.

சூரியன் இறங்க தொடங்கியவுடன் தீ மிதிப்பதற்காக மக்கள் கூடினார்கள். சிவப்பு வேட்டியை மடித்து பிட்டத்தில் தூக்கி சொருகி கொண்டு உடுக்கையை அடித்து பாடத் தொடங்கினார் தலைமை பூசாரி.

“தீ மிதியா தீ மிதி... மாரியாத்தா தீ மிதி...
ஆயி மகமாயி அவ கண்ணு ரெண்டு தீப்பொறி...
தீப்பொறியா தீப்பொறி... கோவை பழம் மாதிரி...”

“பராசக்தி தாயே காத்து நில்லம்மா....” என உடுக்கைகள் ஒலிக்க தலைமை பூசாரி உடல் நடுக்கம் காண தொடங்கியது. சிவந்து விரிந்து கருமை படிந்த கண்களும், காதிலும் மூக்கிலும் தொங்கும் குண்டலங்கள் அதிர சிலம்பு கால்கள் புழுதியை கிளப்ப சாமி ஆடிக்கொண்டே நெருப்பில் இறங்கினார்.

தொடர்ந்து எழும்பிய பறை முழக்கங்களும் தவில் கொட்டுகளும் அவரை வெறியேற்றிட நாக்கை ‘ஹூம்ம்’ என கடித்துக்கொண்டு கால்களால் நெருப்பு துண்டுகளை நாலாப்பக்கமும் தூக்கி அடித்தார். அவர் தீயை விட்டு வெளியேற துணை பூசாரிகள் அவர் மேல் நீரை ஊற்றி சாந்தப்படுத்தினர். மயங்கி விழுந்த அவரை தாங்கி பிடித்தனர். எலும்பிச்சை பழங்களை அவர் தலையில் அடித்து நசுக்கின்ர்.

அவரை தொடர்ந்து ஊர் மக்கள் குறுக்கும் நெடுக்குமாக தீயில் ஓடத்தொடங்கினார்கள். அதில் சிலர் நாக்கில் சூடத்தை

ஏற்றிக்கொண்டும் கையில் தீச்சட்டியை ஏந்திக்கொண்டும் ஓடினார்கள்.

மறுமுனையில் கோவிலுக்கு நேர்ந்துவிடப்பட்ட சேவல்கள் ஏலம் எடுக்கப்பட்டன. முகிலின் அம்மா ஒரு சேவலை ஏலத்தில் எடுத்தாள். அன்று இரவு எட்டு மணி அளவில் அவர்கள் வீடு வந்து சேர்ந்தார்கள். முகிலின் அப்பா வயிறு முட்ட குடித்துவிட்டு இடுப்பில் துணி இறங்க திண்ணையில் சரிந்திருந்தார்.

அடுத்த நாள் பெரும்பான்மையில் அந்த கிராமத்தில் யார் வீட்டிலும் மதியம் சோறு பொங்காது. அனைவரும் கோவிலில் போடும் இடும்பன் சோற்றுக்காக அடையை மொய்க்கும் தேனீக்கள் போல் முட்டிமோதிக் கொண்டு நிற்பார்கள். முகிலும் அவன் அக்காவும் குண்டான்களை தூக்கியபடி ஓடினார்கள். இருபது மீட்டர் தொலைவிலேயே காற்றில் கருவாடு வாசமும் விதவித காய்களின் கூட்டு கதம்ப நெடியும் மூக்கை துளைக்கும். குண்டானை நிரப்பிய முகில் அருகிலேயே குந்தியபடி சாப்பிட்டான். பின் மீண்டும் குண்டானில் குறைந்ததை நிரப்பிவிட்டு வீட்டை அடைந்தான்.

***

அந்த வார ஞாயிற்றுக்கிழமையில் ஏலத்தில் எடுத்த சேவலை அடித்து முகிலின் அம்மா குழம்பு வைத்திருந்தாள்.

"ஏய் முகிலு முட்ட பொரிஞ்சி குஞ்சி வருதுடா."

"டேய் சாப்புட்டு போடா. பாதிலியே ஓடுது பாரு சனிய. செஞ்ச சோத்த திங்க இங்க பிரிகட்ட வேண்டியிருக்கு."

முதல் குஞ்சி ஓட்டை உடைத்துக்கொண்டு தளர்ந்து உடைந்த ஓட்டிலேயே பிசுபிசுப்பாக ஈரம் படிந்து படுத்துக்கிடந்தது. முகில் வேகமாக சென்று அதை அசைத்தான். மற்ற முட்டைகளை அடைகாத்திருந்த தாய் கோழி அவன் கையை கொத்தியது.

"டேய் என்னடா பண்ணுற."

"ஏ குஞ்சி என்ன அப்படி கெடக்குது."

"தானா ஏஞ்சிக்குடா அவசர குடுக்க."

அடுத்த பத்தாவது நிமிடத்தில் இரண்டாவது முட்டை ஓடு விரிசல் விட்டது. தாய் கோழி அலகால் விரிசல் விட்ட இடத்தை லேசாக கொத்தியது. முதல் ஓட்டை உடைத்த குஞ்சி 'கீச்கீச்'என கத்தியபடி தட்டுத்தடுமாறி எழுந்து நின்றது. பின் அதன் உடலை குலுக்கியது. தொடர்ந்து பசிக்குரலில் 'கீச்கீச்' என தன் தாயை பார்த்து கத்தியது. முகிலின் அம்மா வந்து எட்டி பார்த்தாள். கொட்டாங்குச்சியில் சிறிது அரைத்த மக்காசோளத்தை கொண்டு வந்து அதன் அருகில் வைத்துவிட்டு சென்றாள். 'கொக் கொக் கொக்' கென சத்தம் எழுப்பிய தாய் கோழி முதலில் சோளத்தை கொத்தியது. பின் குஞ்சும் கொத்தியது. இரண்டாவது விரிசல் விட்ட ஓடும் முழுதாக பிளந்து கருப்பு நிற குஞ்சி அதனுள் சுருண்டு கிடந்தது. முகில் ஓட்டுடன் அதை கையில் எடுத்தான். அவன் அக்கா அவன் தலையில் நறுக்கென கொட்டி ஏசினாள்.

"அடங்க மாட்ட நாயி."

'ப்பா' என அடி விழுந்த வேகத்தில் முட்டையை தவிட்டில் விட்டான். விழுந்த வேகத்தில் ஓடு முழுதாக உடைந்து குஞ்சி 'கீச்கீச்' என கத்த தொடங்கியது. கொழகொழப்பான நீர்மத்திலிருந்து தன் உடலை விடுவித்துக்கொள்ள சிரமப்பட்டது. கால்களை உதைத்து எழ முயற்சித்தது.

"அமைதியா நிக்குறதா இருந்தா நில்லு இல்லனா ஓடு நாயே."

"யாரு டீ நாயி. நீ தான் டீ நாயி" என அவன் விரல்களை மடக்கி அவள் நெஞ்சில் பலமாக குத்தினான். அம்மா என கத்தி அவள் பின் கோவத்தில் அவன் மேல் பாய வந்தாள். அவன் பயத்தால் கொட்டாயை விட்டு ஓடினான்.

"அப்படியே ஓடிடு நாயே. வந்தே தொடப்பக்கட்ட பிஞ்சிடும்."

"முடிஞ்சா வாடீ முத்தர குண்டி."

***

" ... ... அனைத்துலகும் இன்பமுற
எத்திசையும் புகழ்மணக்க இருந்தபெருந் தமிழணங்கே!
தமிழணங்கே!....."

"ஏய் அந்தோணி..... அந்தோணி."

“சொல்லுடா…”

“முட்ட நேத்தி பொரிஞ்சிடுச்சிடா.”

“ஏ…சூப்பர் டா. எத்தன குஞ்சி.”

“ஒம்போது குஞ்சி.”

“…. வாழ்த்துதுமே!
வாழ்த்துதுமே!”

“டேய் என்னங்கடா குசுகுசுனு ஒரு நிமிசம் அமைதியா நிக்க முடியாது. போ கம்முனு க்ளாஸ்க்கு…”

“சரிங்க மிஸ்.”

“டேய் எனக்கு ரெண்டு குஞ்சி தரியா.”

“வீட்டுல கேட்டு சொல்லுற டா.”

அன்று வகுப்பு முடிந்தவுடன் ஓட்டமும் நடையுமாக முகில் வீடு வந்து சேர்ந்தான்.

“அக்கா எங்க டா நீ மட்டு வர…”

“...பதில் சொல்லுதா பாரு கோட்டான்.”

அவன் புத்தகபையை தூக்கி தவுட்டு மூட்டையில் ஏறிந்து விட்டு கொல்லைக்கு ஓடினான். குஞ்சிகளையும் தாய் கோழியையும் காணவில்லை.

“அம்மா… அம்மா…”

“என்னாடா வந்தோனே கத்துற.”

“கோழி குஞ்சிங்க எங்க? ஒன்னத்தையு காணோம்.”

“பின்னாடி தா மேயு பார.”

“பின்னாடி இல்லையே. இப்போ தான் பாத்தன்.”

“அப்போ சாக்கடகிட்ட பாரு.”

அவன் வேகமாக வீட்டின் இடது புறமாக ஓடிக்கொண்டிருக்கும் சாக்கடையை சென்று பார்த்தான். குஞ்சிகள் தாயுடன் மேய்ந்து கொண்டிருந்தன. அவன் குஞ்சிகளை தூக்கி

வந்து கொட்டாயிற்குள் விட்டு அரைத்து வைத்திருந்த மக்காசோளத்தை தூவினான். குஞ்சிகள் வேகமாக வந்து அதை கொத்தி எடுத்தன.

"டேய் முகிலே... முகிலு பால் வந்துருக்கு பாரு. போய் வாங்கிட்டு வா."

"என்னடா நீ வந்துருக்க. உங்க அம்மா எங்க."

"தெனமு நா தா வரன். என்ன அதுக்கு."

"டேய் சரி போடா. அம்மாவ கூப்புடு காசு பாக்கி இருக்கு பேசனு."

"அம்மா பால்கார கூப்புடுறா. காசு தரனுமா."

"சரி நீ பால உள்ள போயி வையி."

"என்ன காசு தரனு."

"ஒன்னுமில்ல சும்மா தா சொன்ன. நீ யா வெளிய வர மாட்டேங்குற."

"உள்ள வேல இருக்குது. அதுக்கு என்ன. விசியத்த சொல்லுங்க."

"எப்படி இருக்க."

"எனக்கென்ன."

"மெலிஞ்சி போய்ட்ட. வர வழில தா பாத்த. அவரு குளத்து கரைல தா உக்காந்திருக்காரு. நல்லா பாத்துக்குறாரா. காசு பணம் தேவயிருக்கா. இருந்தா தயங்காம சொல்லு."

"நாங்க நல்லாயிருக்கோம். உள்ள வேல இருக்கு நா வரன்."

***

முகிலின் அப்பா கூத்துக்கட்டுபவர். நடுத் தெருவை சேர்ந்த அவரும் அவர் குழுவும் ஊர் திருவிழா, அரசியல் கூட்டங்கள் பெரிய இடத்து நிகழ்ச்சிகளில் கூத்துக்கட்டுவார்கள். வருடத்திற்கு பத்து கூத்தாவது கட்டுவார். வருமானம் சீராக இருந்தது.

நான்கு வருடத்திற்கு முன் ஒரு அரசியல் கூட்டத்திற்காக கூத்து ஆட முன்பணம் வாங்கினார். அன்று வருகை தரவிருந்த அந்த அரசியல் கட்சியின் மேல் தலைவர்களை மகிழ்விப்பதற்காக கூத்தின் நடுவே கீழ் தெரு மக்களை இழிவுப்படுத்தி பாட நிர்பந்திக்கப்பட்டார். கூட்டம் சிறப்பாக முடிந்து அனைவரும் கலைந்தனர். ஆனால் அந்த கூத்து கீழ் தெரு மக்களிடையே புகைச்சலை கிளப்பியது.

அந்த வருடம் ஊர்திருவிழா நடைபெற அறிவிப்பு வந்த போது கீழ் தெரு மக்கள் முகிலின் அப்பா எங்களிடம் மன்னிப்பு கேட்காமல் கூத்து கட்ட கூடாது என்றனர். செய்வதறியாது நின்ற முகிலின் அப்பா பின்னால் அந்த அரசியல் கட்சி வந்து நின்றது. நடுத் தெரு மக்களுக்கெதிராக கீழ் தெரு மக்கள் கலவரம் செய்ய கங்கணம் கட்டிக் கொண்டிருந்தனர். வாக்குவாதங்கள் பெரிதாகி கைகலப்புகளும் உண்டாகின. கீழ் தெரு இல்லாமலேயே திருவிழா நடைபெறும் என நடுத் தெரு இளைஞர்கள் அறிவித்தனர். ஊருக்குள் வெப்பம் அதிகமானது. ஊர்கலவரமாக மாறும் முன் ஊர் தலைவர்கள் திருவிழாவிற்கு கூத்தே தேவையில்லை என்று அறிவித்து விட்டனர். அதிலிருந்து எந்த நிகழ்ச்சிக்கும் முகிலின் அப்பாவை கூத்து கட்ட யாரும் அழைப்பதில்லை. அவர் பின்னால் நின்ற அரசியல் கட்சியும் நடுத் தெருவும் காணாமல் போனது. வாழ்வாதாரத்திற்காக கிடைக்கும் கூலி வேலைக்கு செல்ல தொடங்கினார். அவ்வப்போது நண்பர்களுடன் சேர்ந்து ஊரிலிருந்து ஆறு கிலோமீட்டர் தொலைவிலிருந்த சாராய கடைக்கு சென்று குடிப்பார். இரண்டு வருடத்திற்கு முன்பு அவர்கள் ஊர் சாலை நெடுஞ்சாலையாக மேம்படுத்தப்பட்டது. பின் அரசாங்கம் அங்கு இரண்டு சாராயக்கடையை திறந்தது. அவரின் குடிப்பழக்கமும் வழக்கமானது.

***

மூன்று வாரங்கள் கடந்திருந்தன. மூன்று குஞ்சிகள் அடுத்தடுத்து நோய் கண்டு இறந்திருந்தன. இரண்டு குஞ்சிகளை காகமும் பாம்பும் தூக்கி சென்றிருந்தன. மீதமிருந்த குஞ்சிகளை முகில் கொட்டாய்குள்ளேயே வைத்து பார்த்து கொண்டிருந்தான்.

“டேய் உள்ளயே வச்சிப்பியா. மேய வேணா.”

“காக்கா தூக்கிட்டு போய்டுது...”

“அதுக்கு என்ன செய்ய முடியும். தப்பிச்சி வரது தா வரும். சரி போ தாத்தாக்கு சோறு குடுத்துட்டு வா. ஒடம்பு சரி இல்லையாம்.”

“என்னடா மூஞ்ச தூக்கி வச்சிருக்க. சாப்புடுரியா.”

“வேணா தாத்தா. குஞ்சிலா செத்து போதுங்க.”

“சாமிக்கு காசு கட்டி போடுடா. சாமி பாத்துக்கும். இதுக்கு எதுக்கு டா மூஞ்ச தூக்கி வச்சிருக்க.”

அந்தோணியை இழுத்துக்கொண்டு முகில் முருகன் கோவிலுக்கு ஓடினான்.

“சின்னதுணிய மஞ்சள்ல முக்கி எடுத்து அதுக்குள்ள ஒரு ரூவா காசும் அதோட குஞ்சிகளோட இறக ஒன்னு ரெண்டு வச்சி கட்டிக்கோ. சாமி முன்னாடி அதக்காட்டி இந்த குஞ்சிங்கள இனி நீ தா காப்பாத்துனு உன்னோட பொறுப்புனு சொல்லி உண்டியல்ல போட்டுட்டு திரும்பி பாக்காம வா.”

“டேய் அந்தோணி தாத்தா சொன்ன போல காசு போட்டாச்சி இனி ஒன்னு ஆகாதில்ல.”

“ஒன்னு ஆகாது டா. சரி கொளத்துக்கு போவோம்டா மீன் குஞ்ச உட்டுருக்காங்களாம்.”

“டேய் போடா போன தடவ மீன் குஞ்சினு எடுத்துட்டு போய் தொட்டில உட்ட. எல்லா தவள குஞ்சினு அம்மா போட்டு அடிச்சிடுச்சி....”

***

நான்கு மாதங்கள் ஓடியிருந்தன.

“எதுக்கு தெனமு குடிச்சிட்டு வர. ஒடம்பு என்னத்துக்கு ஆகுறது.”

“குடிக்க கூடாதுனு தா நனைக்கிற. ஆனா குடிச்சிடுறன்.”

“இன்னம் ஒரு வருசத்துல பொண்ணு வயசுக்கு வந்துடு. நாளு காசு இல்ல கையில. இருக்குறதையு எடுத்துட்டு போய் குடிச்சி தீத்துடு போ.”

அவள் புலம்பி தீர்த்துவிட்டு அரிசி பைகளை தூக்கி கொண்டு நியாயவிலை கடைக்கு சென்றாள்.

"கார்டுக்கு பத்து கிலோ தாமா. பத்து கிலோ அப்பறம் வந்து வாங்கிக்கோங்க."

"இதேதா எல்லா மாசமும் சொல்லுறிங்க."

"நா என்னமா செய்யுறது அரிசி அவ்வளவு தா வருது. எல்லாருக்கு கொடுக்க வேணாமா."

"சரி வுடுக்கா அவனுங்ககிட்ட என்னத்த மல்லுக்கட்டுறது. எனக்கு அரிசி வேணா. நீ வாங்கிக்கோ. எங்க வீட்டுல ஒன்னு ரேசன் அரிசி சாப்டாது."

"தெனமு குடிச்சிட்டு வருது. வருமானம் எதுவும் வேணாமா. பசங்களுக்காவது ஊட்டமா எதாவது தர வேணாமா. ரெண்டு மாசமா தம்பிகிட்ட தா காசு வாங்கிட்டிருக்க."

"பேசாம காட்டேரி படயல் ஒன்னு போட்டு விட வேண்டி தான. எங்க அக்கா பையன் இது மாதிரி தா தெனமு குடிச்சிட்டு வந்தா. காட்டேரிக்கிட்ட வேண்டி படயல் போட்டாங்க அதுலந்து சாரய கட பக்கமே போலயே. தெரியாம பாட்டல தொட்டாக்கூட அவ்ளோதான் அலறிடுவான். காட்டேரி வந்து அடிச்சுடுமில்ல."

***

"ரவு பன்னெண்டு மணிக்கு ஆத்துக்கு போங்க. நடு ஆத்துல கருங்கோழி ஒன்ன அடிச்சி கிழக்கால படயல் போடுங்க. புடிச்சி வச்ச கோழி ரத்தத்த ரெண்டு சொட்டு அவர் தலைல விட்டுட்டு மீதிய நாலா திசையுல தெளிச்சி விடுங்க. சூடத்த ஏத்தி வச்சி அவர சொல்ல சொல்லுங்க.

தாயே காட்டேரி இனி நா குடிக்க மாட்டமா. இது ஓ மேல சத்தியம். மீறி குடிச்சா என்ன அடிச்சிடுமானு மனசு உருக கைய தூக்கி வானத்த பாத்து வேண்டிக்க சொல்லுங்க. படயல் போட்டதுல பாதிய உட்டுட்டு மீதிய அங்கேயே சாப்புட்டு திரும்பி பாக்காம வந்துடுங்க. எல்லா சரி ஆய்டும்" என கோவில் பூசாரி வழிக்காட்ட அவர்களும் அது போலவே படயலிட்டு வீடு திரும்பினர்.

"இனியாவது ஒழுங்கா இருயா. வேலைக்கு போய் குடும்பத்த பாரு. காட்டேரி மத்தது போல இல்ல கோவக்காரி பாத்துக்கோ."

***

"அடுத்த மாசத்துலந்து பால் வேணா."

"யா என்ன ஆச்சி."

"கட்டுபடியாகலங்க. நா பாத்துக்குற."

"நா என்னைக்கு உகிட்ட காசு கேட்டுருக்க."

"அதுக்குனு காசு கொடுக்காம இருக்க முடியுமா."

"நீ ஏ புரிஞ்சிக்க மாட்டேனுற. காசு பணத்துக்காகவா நா ஓங்கூட பேசுற. எனக்கு ஒன்ன ரொம்ப புடிக்கும். நீ லா எப்படி இருக்கனு தெரியுமா. அவருதா ஒன்னு புரியாம சுத்துறாரு."

"அவரு தா சுத்துறாருனா நானு சுத்த முடியுமா. எனக்கு எங்கள பாத்துக்க தெரியும். அடுத்த மாசத்துலந்து பால் வேணா."

***

"டேய் எதாவது படிப்போம் எழுதுவோனில்ல. எப்போ பாத்தாலு கோழி பின்னாடியே சுத்து."

"முகிலு... ஏ முகிலு..."

"ஏய் அந்தோணி உள்ள வா டா."

"குடிக்க தண்ணி குடுடா. ரோமன் ரேன்ஸ்* என்ன பண்ணுறான்."

"அவன் தான்டா எல்லாரு முட்டவுட ரெடி பண்ணிகிட்டிருக்கா."

"ஹஹஹா..."

"இன்னைக்கி காலைல பக்கத்துலந்து ப்ராக் லெஸ்னர்* வந்துட்டான்டா நம்ம வூட்டு கோழிங்களா அலறிடிச்சிங்க. சத்தம் கேட்டு ரோமன் ரேன்ஸ் கூரைலந்து குதிச்சி ப்ராக் லெஸ்னர ஒரே முட்டு தலைவன் தல தெறிக்க ஓடிட்டாயில்ல."

---

* அமெரிக்க மல்யுத்த வீரர்கள்

முகிலின் கோழி குஞ்சிகள் அனைத்தும் பெரிதாக வளர்ந்திருந்தன. அதில் ஒரே ஒரு சேவல் தான் வந்திருந்தது. முகில் பெரும்பான்மையான நேரத்தை சேவலுடனே கழித்தான். முகில் பள்ளியை விட்டு வந்தவுடனே சேவல் எங்கிருந்தாலும் அவனிடம் வந்துவிடும். இருவரும் ஒன்றாகவே உண்டு உறங்கி கழித்தார்கள்.

இரண்டு வாரங்கள் கடந்திருந்த நிலையில் ஓர் இரவு திண்ணையில் தூங்கிய முகிலின் அப்பா காலை எழவேயில்லை. அவன் அம்மா பதறி அடித்துக் கொண்டு வைத்தியரை கூட்டி வந்தாள்.

"பயப்படாதமா நாடி சீராதா துடிக்குது. ஒடம்பு ரொம்ப கொதிக்குது. மருந்து தர. ரெண்டு நாள்ல சரியாய்டும்."

மருந்து கொடுத்த மூன்று மணி நேரத்தில் உடல் வியர்த்து கொட்டியது. ஆனால் மீண்டும் இரவு காய்ச்சல் எடுத்தது. உட்கொள்ளும் உணவு உள்ளே தங்காமல் வாந்தியாக வந்து கொண்டேயிருந்தது.

அடுத்த நாள் காலை உடல் நெருப்பாக கொதித்தது. அவர் சுயத்தை இழந்து பெனாத்திக்கொண்டிருந்தார். முகிலின் அம்மா அரசு மருத்துவமனைக்கு கூட்டிச் சென்றாள். காய்ச்சல் நூற்றிஏழு டிகிரி இருந்தது. மருத்துவர் ஊசியை செலுத்தி மருந்துகளை கொடுத்தார். காய்ச்சல் கட்டுப்பட்டது. மீண்டும் இரவில் எரிந்தது. நாளுக்கு நாள் உடல் நிலை சரிந்துகொண்டே சென்றது. உணவு ஏதும் தங்கவில்லை. வாயாலும் வயிற்றாலும் வெளிவந்துக் கொண்டே இருந்தது. தனியார் மருத்துவமனைக்கு கூட்டிச் சென்றும் பலனில்லை. நடக்கும் திராணியை இழந்து கயிற்றுகட்டிலிலும் திண்ணையின் மூலையிலும் எச்சில் ஒழுகும் வாயுடன் முடங்கி போனார். முகிலின் அம்மா அங்குமிங்கும் ஓடினாள். இருபது நாள் கடந்தும் எந்த முன்னேற்றமும் தெரியவில்லை. முகிலின் தாத்தா ஊர் பூசாரியை அழைத்து வந்து மந்திரித்தார்.

"ஒன்னு பயப்படாதம்மா காத்து கருப்பு எதாவது அடிச்சுதானு தெரியுல. குணப்படுத்திடலாம். சரி கடைசியா என்ன பண்ணிங்க. வீட்டுக்கு யாராவது வெளி ஆளுங்க வேற யாராவது புதுசா வந்தாங்களா."

“அப்படி ஒன்னு இல்லைங்க.”

“எதாவது பூச போட்டிங்களா.”

“ஆமா சாமி அவுரு குடிக்க கூடாதுனு காட்டேரிக்கு படயல் போட்டோம்.”

“அப்படி சொல்லும்மா தாயி. வேல இங்க தா நடந்துருக்கு. அவன் அதுக்கப்பற குடிச்சானா.”

“இல்ல சாமி குடிச்ச மாதிரி தெரில. வேலைக்கு ஒழுங்கா தா போனாரு.”

“சரியா சொல்லும்மா. குடிச்சானா?”

“தெரில சாமி. எனக்கு பயமா இருக்கு. எங்களுக்கு யாருமே இல்ல…”

“ஏ இப்போ எதுக்கு கண்ண கசக்குற.”

“டேய் மாட்டு பயலே கேக்குதாடா. குடிகார நாயே எழுந்துரு. உன்மைய சொல்லு காட்டேரிக்கு படயல் போட்டோனே குடிச்சியா. உண்மைய சொல்லு மாட்டு பயலே.”

“ஒரு தடவ குடிச்சுட்ட.”

“அட நாசமா போறவனே…. எங்கள யான்யா இந்த பாடு படுத்துற…”

“ஏ வுடு கத்தாத. அதா நடந்து முடிஞ்சிருச்சில்ல. காட்டேரி தா அடிச்சிருக்கா. அவ உக்குரக்காரி யாருக்கும் கட்டுப்படமாட்டா. சுலபமா எறக்க முடியாது. சரிவுடு பயப்படாத சரி செஞ்சுடலாம். அவள கட்டுப்படுத்தனுனா முனியால தா முடியும். பொண்டாட்டிய அடக்க புருசதா சரி. நீ புள்ளைங்கள கூட்டிட்டு முனி கோவிலுக்கு ஓடு. அவன்கால்ல உழுந்து உ புருசன காப்பாத்த சொல்லு. தாலிய கலட்டி உண்டியல்ல போட்டுட்டு நேரா முருக கோவிலுக்கு ஓடு. அப்பன ஏவ புள்ளதா சரி. முனிய ஏவ சொல்லு உ புருசன காப்பாத்த சொல்லு. இந்த வாரம் செவ்வாகிழம சேவல் ஒன்ன முருகன் கோவிலுக்கு நேந்து வுடு. எல்லா ஒரு வாரத்துல சரியாய்டும். புருச எழுந்து உக்காந்தோனே முனிக்கும் காட்டேரிக்கும் கெடா

வெட்டி சாராயம் சுருட்டு வச்சி படயல் போடு. தைரியமா போ. அவன வர திருவிழாவுக்கு செடல் சுத்த வையி."

பூசாரி சொன்னபடி அவள் செய்தாள். அவள் கையிலிருந்த காசெல்லாம் கரைந்திருந்தது. சனிக்கிழமை சேவலை நேந்துவிட பணமில்லாமல் தவித்தாள். சமையல் கட்டில் ஒரு மூலையில் முடங்கி கிடந்தவளை உரசியப்படி 'கொக் கொக்'கென முகிலின் சேவல் அவள் மேல் ஏறியது.

"அப்பாவோட சேவ தா முக்கியமா."

"எனக்காக ரோமன் ரேன்ஸ் மட்டு தாமா இருக்கா. அவன குடுக்க வேணா மா. ப்ளீஸ் மா.... வேற சேவ வாங்கிக்கிளாமா அவன வுட்டுடு மா... இப்டி தா கருப்பியவு தூக்கிட்டு போனிங்க..." என முகில் மூக்கு ஒழுக கதறி அழுதான்.

"வேற காசில்லடா. காசுக்கு எங்க போறது."

"ஐய்யோ காசு வரும்மா. நா தாத்தாகிட்ட கேட்டு வாங்கியாற. ரோமன் ரேன்ஸ் பாவம் மா...."

"டேய் தாத்தா மட்டும் காசுக்கு எங்க போவும்."

அவள் பேசிக்கொண்டிருக்கும் போதே முகில் எழுந்து 'தபதப'வென வெளியே ஓடினான்.

"டேய், டேய்.... எங்க போற..."

தாத்தாவிடம் அழுது புலம்பினான்.

"ஏய் கிறுக்கு பயலே. இதுக்கா மூக்க சிந்துற சேவ ஆடு கோழி பன்னி எல்லா மனுச அடிச்சி திங்க தாடா இருக்கு. சரி போ இந்தா காசு கொண்டு போய் ஒ ஆத்தாக்கிட்ட குடு."

செவ்வாய்கிழமை சந்தையில் புது சேவல் ஒன்றை வாங்கி முருகன் கேவிலுக்கு நேந்து விட்டார்கள்.

ஒரு வாரம் கடந்திருந்தது. முகிலின் அப்பா உடம்பில் எந்த முன்னேற்றமுமில்லை. பின் ஒரு காலையில் சட்டென எழுந்து நின்றார். உடலில் புது இரத்தம் ஓடுவது போல் உணர்ந்தார். கண்பார்வையும் மற்ற புலன்களும் தெளிவாகின. மூச்சிக்காற்று முழு நுரையீரலையும் நிறப்பி விட்டு வெளிவந்தது. நாக்கு

வறண்டு கிடந்தது. வேகமாக சமையல் அடுக்கிற்கு சென்று முழு பானை நீரையும் குடித்தார். அவர் மனைவியை அழைத்தார். "பசிக்கிது, உயிர் போர மாதிரி பசிக்கிது சாப்புட என்ன இருக்கு" என கேட்டார். பழைய சோற்றிற்கும் கம்ப கஞ்சிற்கும் நாக்கு அடங்கவில்லை. "ருசியா எதாவது செஞ்சி போடன்டி" என தட்டை வீசியெரிந்து கத்தினார். "என்ன வேணு" என்றாள். நேராக கொல்லைக்கு சென்றார். சேவல் மேய்ந்து கொண்டிருந்தது. அதை பிடித்து கழுத்தை ஒரே திருகாக திருகி மதியம் குழம்பு வைக்க சொல்லிவிட்டு வெளியேசென்றார்.

பள்ளியிலிருந்து திரும்பிய முகிலன் சேவலை தேடினான். செய்தி அறிந்து கத்தி கூச்சலிட்டான். அழுது புலம்பினான். அடங்கி ஒடுங்கி உறங்கி போனான். இரவு ஏழு மணி அளவில் எழுந்து அவன் சமையல் கட்டிற்கு சென்றான். அவன் அம்மா தட்டில் சோற்றை வைத்து கோழி குழம்பையும் வறுவலையும் போட்டாள். வேகமாக சோற்றை பிணைந்து வறுவலையும் சேர்த்து வாயில் திணித்தான். வீட்டிற்கு வெளியே ஒலிபெருக்கி சத்தம் கேட்டது. முருகன் கேவில் திருவிழா நடைபெறவுள்ளதால் நாளை அதாவது வெள்ளிக்கிழமை அன்று சுபநேரத்தில் காலை 6.30மணி அளவில் ஊருக்கு காப்பு கட்ட போகிறோம். அனைவரும் சுத்தபத்தமாக இருக்க அசைவம் சாப்பிடாமலிருக்க எண்ணெய் பலகாரங்கள் செய்யாமலிருக்க ஊர் நிர்வாகத்தின் சார்பாக கேட்டுக்கொள்கிறோம். நேர்த்திக்கடன் செலுத்த விரும்புவோர் தங்கள் விரதங்களை வெள்ளிக்கிழமை முதல் தொடங்கலாம். கோவில் திருவிழா சிறப்பாக நடைபெற அனைவரும் தாராளமாக நன்கொடைகளை அளிக்குமாறும் கேட்டுக்கொள்கிறோம்.

ஒலிபெருக்கி சத்தம் அவர்கள் வீட்டை கடந்து சென்று கொண்டிருந்தது. வீதியில் சிறுவர்கள் காளி, முருகன், சிவன், ஐயனார் வேசமிட்டு ஆடியபடி சென்றனர். மஞ்சள் அழைப்பிதழ்கள் வீதியில் இறைந்துகிடந்தன.

***

ஸுப்ஹாம் ரப்பியல் அளீம்...

"போன் அடிக்கிது எடன் டீ."

"குளிச்சிட்டு வா. அடிச்சா அடிக்கட்டும்."

"யாரு தொடர்ந்து அடிக்கிறாங்க. எடுக்கலனா திரும்ப பண்ண மாட்டங்க... அறிவில்ல..."

"ஹலோ சொல்லுங்க..."

"ஏ அஃப்ரிடா... என்ன டீ ஆச்சி... ஏ... அஃப்ரிடா."

***

உஸல்லீ லில்லாஹி தஆலா தாஇயன் லில் மய்யித்தி

(இந்த மய்யித்துக்கு துஆ செய்தவனாக அல்லாஹ்வுக்காக தொழுகிறேன்)

உஸல்லீ லில்லாஹி தஆலா தாஇயன் லில் மய்யித்தி இக்ததைத்து பிஹாதல் இமாம்

(இந்த மய்யித்துக்கு துஆ செய்தவனாக இந்த இமாமைப் பின்பற்றி அல்லாஹ்வுக்காக தொழுகிறேன்)

ஸுப்ஹானகல்லாஹும்ம வபி ஹம்திக்க வதபாரகஸ்முக வதஆலா ஜத்துக வ ஜல்ல தனாஉக்க வலா இலாஹ ஙைருக.

(அல்லாஹாவே நீ தூய்மையானவன். உனது புகழை கொண்டு தொழுகையை ஆரம்பிக்கிறேன். உனது பெயர் மகிமை வாய்ந்தது. உனது மாண்பு உயர்வானது. உனது புகழ் மேன்மையானது. உன்னை தவிர வேறு ஒரு நாயகன் இல்லை.)

அல்லாஹூம்ம ஸல்லி அலா முஹம்மதின் வஅலா ஆலி முஹம்மதின் கமா ஸல்லைத்த அலா இப்ராஹீம வலா ஆலி இப்ராஹீம இன்னக்க ஹமீதும் மஜீத் அல்லாஹூம்ம பாரி அலா முஹம்மதின் வலா ஆலி முஹம்மதின் கமா பாரக்த்த அலா இப்ராஹீம வ அலா ஆலி இப்ராஹீம இன்னக்க ஹமீதும் மஜீத்.

(இறைவா இப்ராஹீம் அவர்கள் மீதும் இப்ராஹீனை பின்பற்றுவர்கள் மீதும் நீ சலவாத்தை உரைத்தாய். அவர்களுக்கு வளத்தை கொடுத்தாய். அதைபோன்று முஹமத் மீதும் முஹமத்தை பின்பற்றுவோர் மீதும் நீ சலவாத்தை உரைக்கவேண்டும். அவர்களுக்கும் வளத்தை கொடுக்கவேண்டும். நீயே உயர்ந்தவன் புகழுக்குறியவன் கண்ணியத்திற்குரியவன்.)

அல்லாஹூம் மங்ஃபிர் லிஹய்யினா வ மய்யித்தினா வஷாஹிதினா வ காயிபினா வ ஸகீரினா வ கபீரினா வ தகரினா வ உன்தானா அல்லாஹூம்ம மன் அஹ்யயத்தஹூ மின்னா ப அஹ்யிஹீ அலல் இஸ்லாம் வமன் தவப்பைத்தஹூ மின்னா பதவப்பஹூ அலல் ஈமான்.

(யா அல்லா எங்களின் உயிரோடிருப்பவர்களையும் இறந்தவர்களையும். மேலும் எங்களோடு கூடியிருப்பவர்களையும் மறைவிலிருப்பவர்களையும். எங்களின் சிறியவர்களையும் பெரியவர்களையும் ஆண்களையும் பெண்களையும் மன்னித்தருள்வாயாக.)

ரப்பனா ஆத்தினா பித்துன்யா ஹஸனத்தன் வபில் ஆகிரத்தி ஹஸனத்தன் வகினா அதாபன்னார்.

(எங்கள் இரட்சகனே எங்களுக்கு கொடு உலகத்திலேயே சிறந்ததும் மறுமையிலும் சிறந்ததும். எங்களை நரகத்திலிருந்து பாதுகாப்பாய்யாக.)

***

இமான்னை தொடர்ந்து அல்பாத்தியா தொடங்கும்.

பிஸ்மில்லாஹிர் ரஹ்மானிர் ரஹீம்

(எல்லாப்புகழும் அல்லாஹ்விற்கே! அவன் அகிலத்தை பராமரிப்பவன்.)

அல்ஹம் துலில்லாஹி ரப்பில் ஆலமீன்

(அளவற்ற அருளாளன், நிகரற்ற அன்புடையோன்.)

அர்ரஹ்மானிர் ரஹீம்

(தீர்ப்பு நாளின் அதிபதி)

மாலிகி யவ்மித்தீன்

(உன்னையே வணங்குகிறோம்; உன்னிடமே உதவியும் தேடுகிறோம்.)

இய்யாக நஃபுது வஇய்யாக நஸ்தயீன்

(எங்களை நேர் வழியில் செலுத்துவாயாக!)

இஹ்தினஸ் சிராத்தல் முஸ்தகீம்

சிராத்தல்லதீன அனஅம்த அலைஹிம் ஃகைரில் மஃக்லூபி அலைஹிம் வலழ்ழால்லீன்

(அது நீ யாருக்கு அருள் புரிந்தாயோ அவர்கள் வழி. அவர்கள் உன்னால் கோபிக்கப்படாதவர்கள். மற்றும் பாதை மாறிச் செல்லாதவர்கள்)

***

"அல்லாவின் அருளும் அமைதியும் உங்களிடம் இருக்கட்டும். நா இப்படியே புறப்படுறன். நீங்க மத்தத பாத்துட்டு வாங்க."

"சரி பாக்கலாம் ஹஜிரத்."

"அல்லாஹூ அக்பர்."

"அல்லாஹூஅக்பர்."

***

ஒரு வாரம் கடந்திருந்தது,

"அல்லாக்கு தெரியாதா யாருக்கு என்ன கொடுக்கனும்னு."

"ஏய் மெதுவா பேசு அவளுக்கு கேக்க போது."

"கேட்டா என்ன. நீயுதான பாத்த அவங்க ஆளுங்க எவ்வளவு பிரச்சன பண்ணாங்கனு."

“அதுக்கு இவ என்ன பண்ணுவா. முடிஞ்சத பத்தி பேசாத.”

“சரி எங்க அவ. கூப்புடு சாப்புடுவோம்... அஃப்ரிடா... அஃப்ரிடா... உள்ள என்ன பண்ணுற. வா சாப்புடலாம்... தட்டிருக்கு வா... முடிஞ்சத அல்லாகிட்ட வுட்டுடு. இனி நடக்குறத பாரு. தைரியமாயிரு நாங்க தா இருக்கோமே. செல்வா எங்க.”

“தூங்குறான்.“

“என்ன பேரு அதலா. மொதல இமாம் கிட்ட சொல்லி அவனுக்கு சுன்னத் பண்ணனும். எல்லாமே இனி சரியாய்டும்... நீ ஏ நிக்குற அவளுக்கு சாப்பாடு போடு உக்காந்திருக்கால.”

அஃப்ரிடாவும் அருணும் கல்லூரி நாட்களிலிருந்தே காதலித்து வந்தனர். திருமணம் செய்து கொள்ள முடிவெடுத்து அவர்கள் வீடுகளில் தகவல் சொன்னார்கள். கடுமையான எதிர்ப்பு கிளம்பியது. “பிராமண ஆத்து பைய துலுக்கச்சிய கட்டிப்பானா” என அருணின் அம்மா அவனை அடித்து தீர்த்தாள். அஃப்ரிடா வீட்டிலும் ஒத்து வராது என்று விட்டனர்.

நாட்கள் நகர்ந்தாலும் இருவரின் வீடுகளின் தீவிரத்தன்மையும் குறையவேயில்லை. இருவரும் அவர்களின் குடும்பங்களை பிரிந்து சென்று திருமணம் முடித்துக்கொண்டனர்.

எட்டு வருடங்கள் கடந்திருந்தன. அவர்களுக்கு ஆறு வயதில் ஓர் மகன் இருந்தான். செல்வா என பெயரிட்டிருந்தனர். அருண் இரவு அலுவல் பணி முடித்துவிட்டு வீடு திரும்பும் நேரம் பேருந்து மோதி விபத்தில் உயிரிழந்தான். செய்தி அறிந்த அஃப்ரிடா செய்வதறியாது கதறினாள். அவள் தோழி இருவரின் வீட்டிலும் வியளம்* சொன்னாள்.

“ஏ புள்ளைக்கு உ புள்ள கொல்லி போடக்கூடாது. பிரிச்சி கொண்டு போய்ட்டு இப்போ கொன்னே போட்டுட்டிங்க. “

“யாமா எழவு வீட்டுல வந்து கண்டபடி கத்துரிங்க. செல்வா தாமா கொல்லி போட முடியும். அவனுக்கில்லாத உரிம வேற யாருக்கிருக்கு. தேவயில்லாம பிரச்சன பண்ணாதிங்க.”

இறுதி வரை அருணின் குடும்பம் அஃப்ரிடாவையும் செல்வாவையும் ஏற்றுக்கொள்ள மறுத்தது. வசை வார்த்தைகளை கொண்டு அஃப்ரிடாவையும் செல்வாவையும் கொச்சை படுத்தினர். அஃப்ரிடா இரத்தம் சுண்டி நின்றாள். காவலர்கள் மனைவிக்கே முதல் உரிமை என்று விட்டனர். அருணின் குடும்பம் அருணின் முகத்தை கூட பார்க்காமல் திரும்பி சென்றது. அடுத்த நாள் இசுலாமிய முறைப்படி சடங்குகளை செய்து அருணின் ஈமத்தை முடித்தார்கள்.

"கொஞ்ச நாள் எங்க கூட வந்து இரு. இங்க தனியா பையன வச்சிகிட்டு என்ன பண்ணுவ"

"பாக்கலா ணா"

"சாப்பாடு போடு. சாப்டா பாரு."

"இல்ல போதும். பசியில்ல."

***

அடுத்த நாள் அஃப்ரிடா செல்வாவைக் கூட்டிக்கொண்டு அவள் குடும்பத்துடன் சொந்த ஊர் சென்றாள். அவள் பகுதி மக்கள் அவளை காலில்லாத பூனையை பார்ப்பது போல் பார்த்தார்கள். அவர்களுக்குள் ஏதேதோ முணுமுணுத்துக் கொண்டார்கள். ஆறுதல் மொழிகள் அவளை மேலும் ரணமாக்கின. பெரும்பான்மையான நேரம் வீட்டை தவிர்த்து அருகிலிருந்த ஏரிக்கரை மரத்தடியிலேயே கழித்தாள்.

நாட்கள் சுழன்றன.

"இமாம் கிட்ட பேசிட்ட அஃப்ரிடா பையனுக்கு சுன்னத் பண்ணிடலாம். அவகிட்ட சொல்லிடு. அப்பற அவளுக்கும் அஸ்லாம் வீட்டுல பேசியிருக்க அவங்களுக்கு சம்மதமா. அஸ்லாம் கட்டிக்கிறனு சொல்லுறான்."

"நா என்னத்த பேசுறது. கொஞ்ச நாள் போகட்டுனா கேக்குறியா.""

"எவ்வளவு நாள் போனும். ஏழு மாசம் ஆய்டிச்சி. இப்படியே விட்டுட முடியுமா. எல்லாரு என்ன பேசுவாங்க. இல்லனா நீ வுடு நானே காலைல பேசிக்கிறன்."

***

இன்னீ வஜ்ஜஹ்த்து வஜ்ஹிய லில்லதீ ஃபதரஸ் ஸமாவாத்தி வல் அர்ள ஹனீபன் வமா அன மினல் முஷ்ரிகீன்.

(வானங்களையும், பூமியையும் செவ்வையாகப் படைத்தவனின் பக்கம் என் முகத்தை முன்னோக்கி வைத்துக் கொண்டேன். நான் இணை வைப்பவர்களில் உள்ளவன் அல்ல)

ஸுப்ஹான ரப்பியல் அளீம்

(மகத்தான எனது இறைவன் மிகவும் தூயவன்)

“எங்க?”

“நமாஸ்ல இருக்கா. உக்காரு. டீ எடுத்துட்டு வரவா.”

“ம்ம்.”

“அஃப்ரிடா டீ குடிச்சியா.”

“இல்லா ணா. கொஞ்ச நேர போகட்டும்.”

“சரி இங்க உக்காரு. கொஞ்ச பேசனும். பையனுக்கு அடுத்த வாரம் சுன்னத் செஞ்சிடலாம்.”

“இப்ப என்ன அவசரம்.”

“பையன் தா வளந்துட்டானே. செஞ்சிட வேண்டியதான. முஸ்லிம் பேர் ஏதாவது வைக்கலாம் செல்வானே எவ்வளவு நாள் கூப்புடுவ. அப்பற அதுவே பழகிடும்.”

“செல்வா நல்லாதான இருக்கு. அத எதுக்கு மாத்தனு.”

“அஃப்ரிடா அப்பாவுக்கும் புடிக்கலமா.”

“அம்மா...”

“அஃப்ரிடா அம்மாவ ஏ மொறைக்குற பழச வுட்டு வெளிய வா. ஒனக்கு ஒன்னு வயசாகல. சும்மா மூலைலேயே உக்காந்திருக்காத. ஒனக்கு கல்யாண பேசி முடிச்சிருக்கோம். எப்போ பண்ணலாம்னு யோசிச்சு சொல்லு.”

“எனக்கு விருப்பமில்ல.”

"விருப்பமில்லனா. கொஞ்ச நாள் போகட்டுமா? நா பேசிகிட்டிருக்கும் போதே போற... அஃப்ரிடா."

"சரி வுடு டா அப்பற பேசிக்கலாம்."

"என்னத்த அப்பற பேசுவ. யார் பேச்சயாவது கேக்குறாளா அதா மொத தடவ ஓடுனா இப்போ என்ன ஆச்சி. அல்லாவுக்கு தெரியாதா யாருக்கு என்ன தரனும்னு. அவ இஷ்டத்துக்கலா இருக்க முடியாது. இங்க குடும்ப நடக்குது. நாலு பேரு நாலு கேள்வி கேப்பாங்க. இனியாவது நம்ம பேச்ச கேட்டு இருக்க சொல்லு. அஸ்லாம ஒழுங்கா கட்டிக்க சொல்லு. காதுல விழுதா..."

"சரி போதும் போ நா பேசிக்கிற..."

அஃப்ரிடா அறைக்குள் சென்று தாழிட்டுக் கொண்டாள். செல்வா உறங்கி கொண்டிருந்தான். அருணின் நினைவு அவளை சூழ்ந்துக்கொண்டு கனத்தது. தனிமை இரக்கமின்றி அவளின் இதயக்குழாயை நெரித்தது. அவள் உடலை சுருக்கிக்கொண்டு செல்வாவை அணைத்தப்படி கிடந்தாள்.

"அஃப்ரிடா டீ குடி. எழுந்திரு... ஜன்னல் கதவலா தொறந்துவுட்டா என்ன. காத்து வர வேணாமா... எழுந்து டீய குடி. ஜன்னல் கம்பி கொக்கிலா துரு பிடிச்சி கெடக்கு. சைத்தானே வீட்ட விட்டு வெளிய போ... ஏ டீ ஆறுது பாரு. எழுந்து குடி சும்மா படுத்துகிட்டே இருக்காத. அண்ண அப்பாலா உன்னோட நல்லதுக்கு தா சொல்லுவாங்க."

"நாளைக்கு சென்னை போற மா. வேலைக்கு திரும்ப வர சொல்லிட்டாங்க."

***

"அவள சைத்தான் புடிச்சி ஆட்டுது. யார் என்ன பண்ண முடியும்."

"போனா அப்படியே போய்ட வேண்டி தா. இந்த தடவ யாரும் வர மாட்டாங்க."

அஃப்ரிடா செல்வாவை தூக்கி கொண்டு சென்னைக்கு புறப்பட்டாள். செல்வா அவளுக்கான நம்பிக்கையையும் அர்த்தத்தையும் கொடுப்பதாக நினைத்தாள்.

அனைத்து வகையிலும் மீண்டும் அவளை சமம் செய்து கொள்ள நாட்கள் தேவைப்படும் என எண்ணினாள். சென்னையை அடைந்த அவள் தோழியின் அறையில் தங்கினாள். தனியார் கட்டுமான நிறுவனம் ஒன்றில் வேலைக்கு சேர்ந்தாள்.

***

"செல்வா அம்மா சாய்ங்காலம் வந்து உன்ன கூட்டிட்டு போவன். யார் கூடையு போக கூடாது. புரியுதா."

"சரி மா."

"பையில கேக் வச்சிருக்கன் இன்டெர்வெல்ல சாப்புடு. நா போய்ட்டு வரட்டா. டாட்டா சொல்லு."

"டாட்டா."

மழைக்காலம் தொடங்கியிருந்தது. அஃப்ரிடா வேலையை முடித்துவிட்டு மீண்டும் செல்வாவின் பள்ளியை அடைய வானை இருள் கவ்விக்கொண்டது.

"அம்மா யாருங்க?"

"பையன் ஸ்கூல்ல இருக்கா"

"உங்க பையனா. என்ன இவ்வளவு நேரம் கழிச்சி வரிங்க. வீட்டுல வேற யாருமில்லையா. நேரா போங்க ஆஃபிஸ் ரூம்ல ஆயாம்மா கூட உக்காந்திருக்கான்."

"டேய் யா மூஞ்சி அப்படி இருக்கு. மிஸ்சு என்ன சொல்லி தந்தாங்க."

"ஒன்னுயில்ல"

"ஒன்னுயில்லையா. சரி குடைக்குள்ள வா. நனையிற பாரு.... அம்மா தூக்கிகிட்டா. பாதலா சேறாயிருக்கு"

"ம்ம்"

“கடைக்கு போய்ட்டு வீட்டுக்கு போலாமா? ஓனக்கு என்ன வேணு.”

“தேன்மிட்டாய்.”

சாரல் மழையாக வலுத்தது. சிறிது நேரம் நடைபாதை ஓரமாக ஒதுங்கினர். மழையுடன் காற்றும் சேர்ந்து கொண்டு “ஓ” வென ராகம் மீட்டியது.

“எதாவது பேசன் டா. யா உம்முனு இருக்க.”

“ஸ்கூல் புடிக்கல யாருமே பேச மாட்டேனுறாங்க.”

“மொதல அப்படி தா இருக்கும். ரெண்டு மூனு நாள் போனா எல்லா ஃப்ரெண்ட் ஆய்டுவாங்க.”

“நீ நாளைக்கும் லேட்டாதா வருவியா. எல்லார் அம்மாவு பெல் அடிச்சோனே வந்துட்டாங்க.”

“நாளைக்கு நா சீக்கரமா வந்துடுவன். ஞாயித்துக்கெழம படத்துக்கு போலாமா?”

“படத்துக்கா. பேய் படத்துக்கு போலாமா?”

“போலாமே. சரி இப்போ சிரியன் டா.”

“போ சிரிப்பு வரல.”

அடுத்த நாள் அஃப்ரிடா செல்வாவை பள்ளிக்கு அழைத்து சென்றாள். முன்னாள் செல்வாவை பார்த்துக்கொண்ட ஊழியரை சந்தித்து இன்றும் தாமதமானால் அவனை பார்த்துக்கொள்ளும்படி கேட்டாள்.

“பாத்துக்கற மா. அதனால ஒன்னுமில்ல.”

“நீ ஆயா கூடயிரு. நா வந்துடுவன்.”

“அப்போ இன்னைக்கும் லேட்டா தா வருவியா.”

“ஞாயித்துக்கெழம படத்துக்கு போனுமில்ல. அப்போ எல்லா வேலையையும் அம்மா முடிச்சாதான போக முடியும்.”

“ஓனக்கு ஞாயித்துக்கெழம லீவுதான. எதுக்கு பொய் சொல்லுற.”

"டேய்..... நா வந்துடுவ. நீ பத்தரமாயிரு. டாட்டா சொல்லு."

"டாட்டா."

"ஒரு முத்தம் கொடு டா."

"எல்லாரு இருக்காங்க."

***

"பாப்கான் வேணாமா?"

"வேணு"

"வேற என்ன வேணு."

"தேன்மிட்டாய்."

"தேன்மிட்டாய் இங்க இருக்காது. வீட்டுக்கு போறப்போ வாங்கி தரன். சரி போலாம் படத்துக்கு நேரமாய்டிச்சி."

"பஸ் எங்க ஏறனு."

"பஸ் ஸ்டான்ட்ல."

"இங்கந்து எந்த பஸ் ஏறுனா வீட்டுக்கு போலாம். சரி அத விடு ஸ்க்கூலந்து எந்த பஸ் ஏறுனா வீட்டுக்கு போலாம்."

"தெரிலையே."

"51A. சொல்லு."

"51A"

"ம்ம். சரி என்னோட போன் நம்பர் சொல்லு."

"போன் நம்பரா?"

"ம்ம்"

"774037266..."

"66..."

"669"

"ஓ... சரி. சம"

“பஸ் வந்துடிச்சிமா.”

“இல்ல இது வேற பஸ். நம்ம பஸ் 28C. எல்லா பஸ்சும் ஒருஒரு எடத்துக்கு போகும்.”

“எவ்வளவு நேரம் நிக்குறது. ஆட்டோல போலாம்.”

“ம்ம். வந்துடுடா. கொஞ்ச நேரம் பாக்கலாம்.”

“இதோ வருதே.”

“கூட்டமாயிருக்கு மா.”

“உள்ள போய்ட்டா தெரியாது. வா...வா...”

“என்னடா அமைதியா நடந்து வர. நீ தா எனக்கு வழி சொல்லனு.”

“வழி தெரியலனா மேப் பாருமா. மக்கா இருக்க. தூக்கிட்டு போய.”

“ஹஹ... நா மக்கா. சரி நேத்தி ஒரு பாட்டு பாடுனல. அத இப்போ பாடன்.”

அஊது பில்லாஹி மினஷ் ஷைத்தானிர் ராஜீம்

பிஸ்மில்லாஹிர் ரஹ்மானிர் ரஹீம்

ரஹ்மானிர் ரஹீம்.

“ம்ம் அப்பறம் என்ன செய்யனு.”

“கீழ குனிஞ்சி சூரா சொல்லனு.”

“ம்ம் சொல்லு... முட்டிய மடக்காத கீழ பாத்தே சொல்லு... சொல்லு.”

“ஸுப்ஹான...”

“ஸுப்ஹான?... ஸுப்ஹான ரப்பியல் அனீம்.”

“ரப்பியல் அனீம்.”

“ம்ம் அப்பறம்....”

***

“பைய எத்தனாவது படிக்கறான்?”

“பன்னண்டாவது.”

“ஓ இந்த முற பொது தேர்வு இருக்கா?”

“ஆமா. அதலா அவனுக்கு ஒன்னு பயமில்ல. நல்லா படிப்பான்.”

“அம்பத்தூர்ல எங்க இருக்கிங்க. நா செங்குன்றம் தான்.”

“ஓ. நா ஓ.டி பக்கத்துல.”

“தனியா தா இருக்கிங்களா.”

“அதா செல்வா இருக்கானே.”

ஒன்பது வருடங்கள் ஓடியிருந்தன. செல்வா வாலிபனாக வளர்ந்திருந்தான். அஃப்ரிடாவிற்கு எல்லாமே செல்வா தான். வானில் சுற்றும் இரட்டை உடுக்களை போல் இருவரும் எந்நேரமும் ஒன்றாகவே இருப்பர்.

“எதுக்கு டா இவ்வளவு வேகமா ஓட்டுற.”

“கீழ பாரு மா நெருப்பு வரும்.”

“ஏய்... நெருப்பு வருது. வண்டி பத்திகிச்சி. நிறுத்து டா...”

“ஹஹஹா....”

“என்னடா சிரிக்குற.”

“ஒன்னுமில்ல மா. பயப்படாதா.”

“தட்டு எடுத்துட்டு வர மறந்துட்ட. எடுத்துட்டு வா... கழுவிட்டு வா அப்படியே வராத.”

“மா. புதன்கெழம கேம்ப் போறோம். ஸ்க்கூல்ல சொல்லிட்டாங்க.”

“எத்தன நாளு.”

“ரெண்டு நாளு.”

“என்னடா ரெண்டு நாளு தனியா இருக்கனுமா.”

“சும்மா ஆரம்பிக்காத. அதா முன்னாடியே தெரியுயில்ல”

“சரி கத்தாத போய்ட்டு வா. தனியா எங்கயு போகாத. அடிக்கடி போன் பண்ணு.”

“ம்ம்.”

செல்வா இல்லாத நாட்கள் அஃப்ரிடாவிற்கு நெருஞ்சி முள்ளை ஆடையாக அணிந்து கொண்டு சுற்றுவது போல் இருக்கும். அவன் சுற்றுலா சென்ற இரவும் அவள் எதுவும் சாப்பிடவில்லை. மங்கிய மஞ்சள் விளக்கொளியில் அவளின் இமை சுருக்கங்கள் தெரிந்தன. காதோரம் சரிந்திருந்த முடிகளில் சாம்பல் பூக்க தொடங்கியிருந்தன. அருணின் வெற்றிடத்தை செல்வாவே நிரப்பியிருந்தான். அவளின் தனிமைக்கும் வலியிற்கும் அவனே மருந்தாக இருந்தான்.

அஃப்ரிடா செல்வாவிற்கு செய்தி அனுப்பினாள். அவனிடமிருந்து பதில் வரவில்லை. அவள் மனம் உறுத்தத் தொடங்கியது. அழைக்கலாமா என நினைத்தாள். அவனுக்கான இடத்தை கண்டிப்பாக கொடுக்க வேண்டுமென அவளுக்கு புரிந்திருந்தும் மனம் அமைதியடையாமல் அலைந்தது. யாமத்தில் மீண்டும் செய்தியை அனுப்பினாள். சில நிமிடங்கள் பேசியையே பார்த்தவள் பின் தூங்கியிருப்பான் என சமாதானம் செய்து கொண்டு உறங்கினாள். காலை எழுந்தவுடன் அழைத்தாள்.

“சொல்லுமா.”

“என்னடா எப்படி இருக்க. சாப்டியா. எப்போ வரிங்க.”

“சாப்டன். நாளைக்கு காலைல வந்துடுவோம்.”

“சரி போ. பாத்துயிரு.”

“சொல்லுமா எதோ சொல்ல வந்த.”

“ஒன்னுயில்ல டா. சும்மாதா கூப்புட்ட. நா வேலைக்கு கெளம்புற. நீ பத்தரமாயிரு. தனியா எங்கயு போகாத.”

“ம்ம்.”

பேசியை துண்டித்தாள். வழி புரியாத பறவையை போல் மனம் அங்குமிங்கும் தவித்தது. அவள் அலுவலகத்தில் புதிதாக சேர்ந்திருந்த மோசஸ் அழைத்தான்.

“கௌம்பிட்டிங்களா. நா அந்த வழியாதா வந்துகிட்டிருக்க”

“சரி வாங்க போலாம்.”

“மோசஸ் எப்போ கல்யாணம் பண்ணிக்க போரிங்க.”

“நானா? ஊர்ல வீட்டு கடன்லா கொஞ்சயிருக்கு காடல்லா கொஞ்சம் அடமானத்துலயிருக்கு. எல்லாத்தையு மீட்கனும் அப்பறம் தா எல்லாமே.”

“யாரையு காதலிக்கலையா?”

“யாரு மாட்டலையே. மாட்டுனா பண்ண வேண்டி தான். என்ன சிரிக்கிரிங்க.”

“ஒன்னுமில்ல. மாட்டுவாங்க மாட்டுவாங்க. சாயங்காலம் எங்கயாவது போய்ட்டு போலாமா. வீட்டுக்கு போனா தனியா இருக்கனு.”

“ஏன் செல்வாயில்லையா?”

“அவன் டூர் போய்யிருக்கான். நாளைக்கு தா வருவான்.”

“படத்துக்கு போலாமா?”

“என்ன படம் வந்துருக்கு. எல்லா சரியே இல்ல.”

“ஆமா. சரி சொல்லுங்க எங்க போலாம்.”

“கடலுக்கு போலாமா?”

“கடலுக்கு போலாம்.”

“கடல் எவ்வளவு இரஞ்சாலு நமக்கு அமைதிய மட்டும் தா தரும்.”

“மோசஸ் நீங்க கவித எழுதுவிங்களா?”

“ஏன் திடீர்னு.”

“இல்ல நேத்தி முகநூல்ல பாத்தன். எதோ எழுதியிருந்திங்க. நல்லாயிருந்திச்சி.”

“ஏதோ எழுதியிருந்தன். நல்லாயிருந்திச்சி. ம்ம்ம்...”

“ஹஹஹா… நல்லாயிருந்திச்சி.”

“சரி உங்கள பத்தி சொல்லுங்க.”

“என்ன பத்தி என்ன. எனக்கு எல்லாமே செல்வா தான். அவனுக்கு எல்லாமே நா தான். அவ்வளவு தா என்னோட கத.”

“நீங்க ஏன் திரும்ப கல்யாணம் பண்ணிக்கல.”

“எனக்கு அதுல விருப்பம் ஏற்படல. தேவனு தோனல. இப்படியே நல்லாயிருக்கு.”

“நம்மல மாதிரி சமூக அமைப்புல ஒருத்தர மட்டும் சார்ந்து அன்பையும் தேவையையு வச்சா அது கண்டிப்பா ஒரு நாள் பெரிய வலிய தரலாம். இல்லனா யார் மேலயு பற்றே வைக்க கூடாது.”

“யா அப்படி சொல்லுறிங்க. புரியல.”

“நம்ம வீட்டு கழிவறைக்கு எப்பவு ரெண்டு மூனு வடிகால் வைக்கனும். ஒன்னு மட்டும் இருந்து அடச்சிக்கிட்டா என்ன ஆகும்.”

“அதா கேட்ட நீங்க கவித எழுதுவீங்களானு.”

“ஹஹஹா…”

***

செல்வா எண்பத்தி எட்டு சதவீதத்தில் பன்னிரண்டாவது பொது தேர்வில் தேர்ச்சி பெற்றிருந்தான்.

“மா… ஆயா போன் பண்ணாங்க.”

“எந்த ஆயா?”

“உ அம்மா தா.”

“ஏ அம்மா வா. எப்போ பண்ணாங்க. அவங்களுக்குலா எப்படி உன்னோட நம்பர் கெடச்சுது.”

“தெரிலையே புது நம்பர் வந்துச்சி. எடுத்து பேசுனா சொன்னாங்க.”

"என்னவா. அவங்க கூடலா என்ன பேச்சி."

"இப்போ ஏ கத்துற. எனக்கே தெரியாது. நா ஒன்னு பேசல. எப்படி இருக்க என்னனு கேட்டாங்க. என்னோட மார்க் எல்லா தெரிஞ்சிருக்கு. அவ்வளவு தா வச்சிட்டன்."

அஃப்ரிடா பதிலேதும் பேசவில்லை. அவள் நெஞ்சை ஏதோ இறுக பற்றிக்கொண்டது போல் உணர்ந்தாள். அவள் மனம் குருவிக்கூட்டை போல் மென்மையானது. அதன் எதிர்பார்ப்புகளும் குருவி குஞ்சிகளை போன்று சிறிய வாய் கொண்டவை. அவைகளின் ஓசையோ தாய் குருவியை கடந்து வெளியை எட்டாதவை. அதை அவள் விரும்பவுமில்லை. சட்டென விஷ பற்களோடு கூடிய மின்னும் வெள்ளை பச்சை நிற பாம்புகள் அவள் கூட்டை சூழ்வதாக தவித்தாள்.

"பால் குடிச்சிட்டு படுக்குறது… செல்வா அவங்களா நல்லவங்க கெடையாது. நீ இப்போ பெரிய பையனாய்ட்ட. எல்லாரு உன்ன தேடி வருவாங்க. நீ தா பாத்து இருக்கனும்."

"ச்சி வுடு மா. நா எதுக்கு பேச போறன்."

"பேசாமா நம்பர மாத்திடலாமா."

"அவங்களுக்காக நம்பர மாத்துவாங்களா. எல்லார்கிட்டையு இந்த நம்பர் தாயிருக்கு. வுடு பாத்துக்கலாம். நீ எதுக்கு தேவயில்லாம யோசிக்கிற. போய் படுத்து தூங்கு."

செல்வா தமிழ்நாட்டின் முதன்மை பொறியியல் கல்லூரியில் சேர்ந்தான். முதல் நாள் அறிமுக நிகழ்விற்கு மாணவர்கள் தங்கள் பெற்றோர்களையும் அழைத்து வந்திருந்தனர். செல்வாவுடன் அஃப்ரிடாவும் சென்றிருந்தாள். நந்தவனத்தில் பூத்துக்குலுங்கும் வண்ண வண்ணமான மலர்களை போல் இளசுகள் கூடி குழும்பி வழிந்தார்கள். அவர்களின் வியப்புகளும் சிரிப்புகளும் அஃப்ரிடாவை வெட்கமுறச் செய்தன.

"Good morning to everyone. we welcome our honourable chief guests, the parents and dear students to DSR engineering college… the next four years are going to be most memorable and cherishable period for those who came with big dreams and ambitions…."

அஃப்ரிடாவும் பொறியியல் பட்டதாரி தான். அருண் பட்டயப்படிப்பை முடித்துவிட்டு நேராக இரண்டாமாண்டில் அஃப்ரிடாவின் வகுப்பில் வந்து சேர்ந்தான். மிகவும் கூச்சகுணம் கொண்டவன். எளிதில் யாரிடமும் பேசமாட்டான். செய்முறை வகுப்பில் அஃப்ரிடாவும் அருணும் ஒரே குழுவில் இருந்தனர். அஃப்ரிடா செய்யும் பிழைகளை அருண் திருத்துவான். பாடத்தை கடந்து வேறு எதாவது கேட்டால் தலையை குனிந்துக் கொள்வான். அஃப்ரிடாவின் முகத்தை நேராக பார்க்கவே அவனுக்கு ஆறு மாதங்கள் ஆயின. மூன்றாம் ஆண்டு நடுபகுதியில் அஃப்ரிடா அவள் காதலை அருணிடம் சொன்னாள். அவன் கண்கள் பெரிதாக விரிந்து விட்டன. "என்ன திடீர்னு" என்றான். "ச்ச் புடிச்சிருக்குனு எப்போ சொன்னா என்ன. ஒனக்கு புடிக்கலையா" என்றாள்.

"அப்படி இல்ல."

"அப்பறம்."

"எதுக்கு இவ்வளவு வேகமா கேள்வி கேக்குற."

"அப்பறம் புடிக்கலனு சொல்லிட்டினா. அதா."

"ச்ச யாராவது உன்ன புடிக்கலனு சொல்லுவாங்களா."

அஃப்ரிடா அருணை விடவும் ஒரு அங்குலம் உயரமாக இருப்பாள். கல்லூரியில் அஃப்ரிடாவை கணவன் எனவும் அருணை மனைவி எனவும் கேலி பேசுவார்கள். ஆனால் எதுவும் அஃப்ரிடாவிற்கும் அருணிற்குமிடையே நிற்கவில்லை. அவர்கள் உலகம் தனியாக வளர்ந்துகொண்டே சென்றது. ஒரு நாள் அதன் வானில் இளஞ்சிவப்பு நிறத்திலும் அடர் நீல நிறத்திலும் பூக்கள் பூக்கலாம். மறுநாள் அவர்கள் அங்கு பாடும் குயில்களின் மீது ஏறி ஊர்வலம் சுற்றலாம். இன்னொரு நாள் வெறுமன வெள்ளை மலையின் மீது படுத்துக்கொண்டு பச்சை சூரியனிலிருந்து பொழியும் மழைத்துளிகளை கண்டு ரசிக்கலாம்.

"அம்மா இவங்க சகி குபேந்திரனோட தங்கச்சி. நம்ம காலேஜிலதா இவங்களு சேந்திருக்காங்க."

"ஓ."

“எப்படி இருக்கிங்க ஆண்ட்டி.”

“நல்லாயிருக்க. நீ எப்படி இருக்க.”

“நல்லாயிருக்க.”

“ச்ச. நீ எதாவது பேசு மா.”

“என்னடா பேசுறது.”

“ச்சி.”

“என்ன கோர்ஸ்மா எடுத்துருக்க.”

“நானு ஈ.சி தான் ஆண்ட்டி. செல்வா கோர்ஸ் தான்.”

“ஓ.”

“என்ன ஓ. வேற எதாவது பேசு.”

“டேய் என்ன அவ சேந்ததால தா நீயு இங்க சேந்தியா.”

“ச்ச போய் தொல. வா சாப்புடலாம். சகி நா அம்மாவ விட்டுட்டு வரன்.”

“சரி.”

“மானத்த வாங்கு மா. அவ முன்னாடி அப்படி தா கேப்பியா.”

“அப்பறம் பேசு பேசுனா என்னத்த பேசுறது. நீ தா வழியுறியே.”

“அம்மா...”

“சரி கத்தாத. அவ்வளவு தானா போலாமா.”

“அவ்வளவு தா சாப்புடு. காலேஜ சுத்தி பாத்துட்டு போலாம்.”

“காலேஜ் நல்லாயிருக்கு.”

“அம்மா ஒ கிட்ட ஒன்னு சொல்லனு.”

“என்ன சகியு நீயு காதலிக்கிறிங்களா.”

“அம்மா... என்ன. எப்படி மா... ஆமா மா.”

“டேய் அதலா அப்படி தாயிருக்கும். மொதல படிப்ப முடிடா. அப்பறமா பாத்துக்கலாம். நாலு வருசத்துல நாப்பது தடவ மனசு மாறும்.”

“மா நாலா அப்படி இல்ல சகி தா எனக்கு எல்லாமே.”

“சரி போலாம் வா.”

அஃப்ரிடா எந்த உணர்வையும் வெளிப்படுத்தவில்லை. செல்வாவை அழைத்துக்கொண்டு மீண்டும் வீட்டிற்கு புறப்பட்டாள். கோர விஷபற்களுடன் மின்னும் வெள்ளை பச்சை நிறபாம்புகளை அவள் கூட்டைவிட்டு விரட்ட அவளுக்குள் போரிட்டு கொண்டிருந்தாள். அந்த பாம்புகள் கக்கும் நஞ்சுகள் “எல்லாமே எனக்கு சகி தான்” என்ற வார்த்தைகளாக வந்து அவள் கூட்டை சூழ்ந்தன.

“படிப்புல கவனமாயிருக்கனு. மத்தது எல்லா தானா நடக்கும். என்ன கேக்குதா.”

“ம்ம்.”

கல்லூரி வகுப்புகள் தொடங்கின. செல்வா காலை ஆறு மணிக்கு பேருந்து ஏறினால் இரவு ஏழு மணி அளவில் தான் வீட்டை அடைவான். பின் களைப்பால் வேகமாக உறங்க சென்றுவிடுவான். வாரத்தில் ஆறு நாட்களும் சென்று கொண்டிருந்தான். இயந்திர பொறியின் சுழற்சி போல் மாதங்கள் எந்த மாற்றமுமில்லாமல் சுழன்றுகொண்டிருந்தன. தனக்கும் செல்வாவுக்கும் இடைவெளி அதிகமாவதாக அவளுக்குப்பட்டது.

“இந்த வாரம் படத்துக்கு போலாமாடா.”

“அப்பறம் போலாம். நானே ஒரு நாள் தா வீட்டுல இருக்கன்.”

அந்த ஞாயிற்றுக்கிழமை காலையிலேயே செல்வா அவன் வண்டியை எடுத்துக் கொண்டு சென்றான். தூங்கி எழுந்த அஃப்ரிடா செல்வாவை தேடிவிட்டு அவனை பேசியில் அழைத்தாள்.

“எங்கடா போன.”

"ஒருவேல வந்துதுமா. நீ தூங்கிட்டிருந்த அதா எழுப்பல."

"என்ன வேல. ஒரு நாள் தா லீவு தூங்கனும் சொன்ன. காலைல சாப்ட்டு கூட போல."

"ச்சி வந்து சொல்லுற. நா வெளிய சாப்ட்டுக்குறன். நீ சாப்புடு."

அவன் பேசியை துண்டித்துவிட்டான். மீண்டும் வீடு வந்து சேர இரவு பத்து மணி ஆனது.

"சாப்புட்டு போ."

"நா சாப்ட்ட மா. நீ சாப்புடு."

"அப்போ செஞ்சி வச்சதலா யார் சாப்புடுவா. வேணானா போன் கூட பண்ண முடியாதா."

"ச்சி ஃப்ரிட்ஜ்ல வையி. காலைல சாப்ட்டுக்கலாம்."

"எங்க போன."

"எதுக்கு மா இவ்வளவு கேள்வி கேக்குற. ஒரு வேல அதா போன."

"கடல்ல தா வேலையா. பேன்ட்லந்து மண்ணு கொட்டுது. போய் பாத்ரூம்ல கழட்டி போடு."

செல்வா எதுவும் பேசவில்லை அமைதியாக அவன் அறைக்கு சென்றான். அஃப்ரிடா அவனிடம் சென்று பேசலாமா என நினைத்தாள். பின் விட்டுவிட்டாள். செல்வா வளர்ந்து கொண்டிருக்கிறான் என அவள் உணராமல் இல்லை இருந்தும் அவள் மனம் செல்வா தன்னுடைய உடமை என போராடியது.

***

"செல்வா பொருளில்ல."

"மோசஸ் எனக்கு புரியாமயில்ல. என்னோட பயம் வேற. அவன் என்ன விட்டு விலகி போறானோனு இருக்கு."

"உங்க பயம் பைத்தியக்காரத்தனமாயிருக்கு. அத இப்பவே அழிச்சிடுங்க. எங்க வீட்டுல பூன குட்டி போட்டிருக்கு வேனா ரெண்டு குட்டிய எடுத்துட்டு போய் வளங்க."

“வளத்ததே சரியில்லாம போது.”

“நீங்க எங்கையாவது வெளிய போய்ட்டு வாங்க. சலிப்பா இருந்தா தப்பா தா யோசிப்போம்.”

“மோசஸ் எனக்கு தெரியும் செல்வா மேல எந்த தப்பும் இல்லனு. அவன் சரியாதா இருக்கான். நானே காதலிச்சி தா கல்யாண பண்ண. இப்போ நா எதுக்கு புலம்புறனு தெரியல. நா ரொம்ப எதிர் பாக்குறனு நெனக்கிற.”

“எதையு யார்கிட்டந்தும் எதிர்பாக்காதிங்க. அது வலிய மட்டும் தான் தரும். எல்லாமே சரியா தா இருக்குங்க. தேவயில்லாத அழுத்தமிது. போய் செல்வாகிட்டயே பேசுங்க சரியாய்டும்.”

“என்னத்த பேசுறது. எல்லா அவனுக்கே தெரியும்.”

***

“We are very proud to invite our honourable chief guest Dr. Sivaranjani Head of Medical Science Department ACC college, Dr. Ranjitha Head of Electronic Communication Department ACC college and Dr. Ranjith kumar Head of Information Technology Department WTB college. We are proud to invite our lovable Alumni and Students who are graduating today and going to fly high beyond the sky and their parents who are happy to see their son and daughter fly high to reach beyond the sky...”

வரவேற்பாளர் பட்டமளிப்பு விழாவிற்கு வந்திருக்கும் அனைவரையும் வரவேற்க சூழ்ந்திருந்த கூட்டம் ஆரவாரமாக கைத்தட்டியும் கேலி பேசியும் கூச்சலெழுப்பியபடி இருந்தது.

“டேய் ஒழுங்கா இங்கிலீஷ் பேசு டா பாடு.”

“ஹஹஹஹாஹா...”

“டிகிரிய நீங்களே வச்சிகிட்டு கட்டுன காச கொடுங்கடா. நாலு வருசமு ஏமாத்திட்டானுங்க.”

“ஹஹஹஹா...”

செல்வா அவன் பட்டத்தை வாங்க மேடையேறிக் கொண்டிருந்தான்.

"என்னோட பையன் தான் இப்போ வாங்க போறான்."

"ஓ வாழ்த்துக்கள்."

"நன்றி."

"செல்வா இங்க இருக்கன்."

"அம்மா."

அஃப்ரிடா செல்வாவை அணைத்துக்கொண்டாள்.

"அல்லாவுக்கு நன்றி. ரொம்ப பெருமை டா அம்மாக்கு."

"அம்மா..."

"ஏ அம்பேத் வாழ்த்துக்கள். அம்மா அப்பா வரலையா."

"அம்மா ஊர்ல இருக்கு. அப்பா கட்சி வேலையா போய்ருக்காரு. வந்துடுவாரு."

"சரி வாமா போட்டோ எடுக்கலாம்."

"சகி எங்க."

"வந்துட்டிருக்கா. வந்துடுவாமா."

"இரு வரட்டும். மத்த பசங்களா எங்க? ஜோதிஷ், ஆனந்த், முத்து, பிரபா, தினேஷ்லா வரட்டு. சேந்து எடுப்போம்."

"சரி இரு எல்லாரையு கூட்டிட்டு வரன்."

"சகி அடுத்து என்ன செய்ய போற."

"தெரில ஆண்ட்டி. ஒரு வருசம் சும்மாவே போய்டிச்சி. வேலைக்கு போலாமா படிக்கலாமானு முடிவு செய்யல."

"செல்வா இனி படிக்க முடியாதுனுட்டா. பரவால நீ படிக்கலாமானு யோசிக்கிற. சரி மா அப்பறமா வீட்டுக்கு வா."

"சரிங்க ஆண்ட்டி."

"சரி நம்மளு கௌம்புளாமா டா."

"அம்மா சகி வீட்டுல சொன்னாளாம். ஆனா அவங்க வீட்டுல ஒத்துக்கலையா."

"காலேஜ் முடிச்சி ஒரு வருச தான்டா ஆகுது. இன்னம் ரெண்டு மூனு வருசம் போகட்டும். மொதல நல்ல வேலைக்கு போ. பொண்ணு வீட்டுல பையன் என்ன வேலனு கேக்க மாட்டாங்களா. இன்னம் வயசாகட்டும் போய் பேசலாம்."

"சரி தாமா. ஆனா அவ வந்து பேச சொல்லுறா. அவளுக்கு மாப்புள பாக்க ஆரம்பிச்சிட்டாங்களா."

***

"நீங்க ஒத்துக்கலாங்க. நாங்க ஒத்துக்கனுயில்ல. எங்க குடும்பம் கூட்டுக்குடும்பம். எல்லார்கிட்டயு பதில் சொல்லனும்."

"பொண்ணு விரும்புறாளே."

"அவளுக்கு என்ன தெரியும். சின்ன வயசுல எல்லாருக்கும் வரது தா. தனியா ஒரு நாள் வீட்டுல இருக்க சொன்னாலே பயப்புடுவா. நீங்க இந்துவாயிருந்தாலு பரவால வேற சமூகமாயிருக்கிங்க. நாங்க எங்களுக்குள்ளயே சாதில மாத்தி கட்ட மாட்டோங்க. அது ஏன் எங்க சாதிக்குள்ளயே உள் சாதிலமாத்தி கட்ட மாட்டோம். எல்லார்கிட்டயு பதில்லா சொல்லிகிட்டிருக்க முடியாதுங்க. நடக்குற காரியமா பேசுவோம்."

"............."

"உங்கள எங்களுக்கு தெரியும். உங்க பைய நல்ல பையன் தா இருந்தாலு சரிபட்டு வராது. இன்னம் ஜாதகம் சீரு சனத்தினு ஆயிரம் சமாசாரம் இருக்கு."

"இனி நா என்ன பேசுறது. அவன் தா சாதி கிதினு முடியாதுனு சொல்லிட்டானே."

"சொட்டத்தல. இப்போ என்ன பண்ணுறது."

"என்ன பண்ணுறது. நீ தா சொல்லனு. யான் டா அவசர படுற. ரெண்டு வருச போகட்டு. மொதல வேலைக்கு போ."

"நா ஒன்னு அவசர படல. அவ அப்பன் தான் மாப்புள பாக்குறனு நிக்குறா."

"அதலா ஒடனே நடக்காது. பொண்ணு மனசு மாறாமா இருந்தா கொஞ்ச நாள் கழிச்சி போய் பேசலாம். இப்போ வேலய பாரு."

***

செல்வா தனியார் தகவல் தொழில்நுட்ப நிறுவனத்தில் உதவி நிரலராக (*programmer*) வேலைக்கு சேர்ந்தான். நாட்கள் சென்றாலும் சகியும் அவள் எண்ணத்தில் தீர்மானமாகயிருந்தாள். நாட்களை நகர்த்த மேல் படிப்பில் சேர்ந்தாள். இரண்டரை வருடங்கள் கடந்திருந்தன.

"அவன் சரிபட்டு வர மாட்டானா கேக்கிறியா நீ. ஏ தாலிய அறுக்கவே வந்துருக்கா இவ."

"வேற யாரையு கட்டிக்க முடியாது. நீங்க பாக்குற பையன் சரி வருவானு எப்படி சொல்லுறிங்க."

"துலுக்க பைய பின்னாடி நிக்குறியே. அப்படி என்னத்த பாத்த அவன்கிட்ட."

"அம்மா அவன் முஸ்லிமில்ல அவன் அம்மா தான் முஸ்லிம்."

"இவ சரிபட்டு வர மாட்டா அத்துவுட்டு போய் வேலைய பாருங்க. பொண்ணுனு தலைல வச்சி ஆடுனயில்ல அதா உன்னோட மானத்த நடு தெருவுல போட்டு ஒடைக்கிறா."

"சரி வுடு. சகி செல்வாவ நாளைக்கு வந்து பேச சொல்லு. செல்வாவ மட்டும் வர சொல்லு."

"என்னங்க சொல்லுறிங்க."

"ச்சி விடு என்ன பண்ண சொல்லுற அப்பறம் ஓடி போவா யாருக்கு அசிங்கம்."

"செல்வா சகி உன்ன தா கட்டுவனு சொல்லுறா. நீ ஒழுங்கா இருப்பியா."

"நா நல்லபடியா பாத்துப்பங்க."

“சரி அது பிரச்சனயில்ல. கல்யாணம் இந்து வழக்கப்படி தான் நடக்கும். நீ இந்துவாதாயிருக்கனு. கல்யாணத்துக்கு அப்பறம் நீ எங்க கூடவோ இல்லாட்டி சகியோட தனியா போய்டனு. இதுக்கெல்லா சம்மதம்னா சொல்லு. எங்களுக்கு சம்மதம். சகி இனி நீங்கதா சொல்லனு. நா சொல்லிட்ட.”

“என்னோட அம்மா மட்டுதாங்க இருக்காங்க.”

“அது சரி வராது பா. அவங்க பழக்கம் வேற நாங்க வேற. நாளைக்கு ஓங்க வீட்டு ஆளுங்க எங்க வீட்டு ஆளுங்க எல்லாதா வருவாங்க. இப்போலா எல்லா தனியாதான இருக்காங்க. வேணுனா அம்மாவ வந்து பாத்துட்டு போக சொல்லுங்க. நீ யோசிச்சிட்டு முடிவு பண்ணு.”

“செல்வா அப்பாவ இவ்வளவு தூரம் சம்மதிக்க வைக்கவே பெரிய போராட்டமா போச்சி. இப்போ தனியா போற மாதிரி போவோம் அப்பறமா அம்மாவ கூட்டுக்கலாம்.”

“ஏ அதுக்கு யா இவ்வளவு யோசிக்கிற. சரினு சொல்லு. அம்மா பாத்துக்குற. எல்லா ஈகோ தான்டா அவனுக்கு. அதா சைத்தான் வேல பாக்குறாங்க. அவனுங்க தோக்க கூடாது அவனுங்க ஜெய்ச்சதாவே இருக்கட்டும். நீ இந்துவாதாயிரு என்ன பிரச்சன. சாமி என்ன சண்டைக்கா வர போது. மனுசன் தா வேற வேற பேர்ல கூப்புடுறான் சண்ட போடுறான் சாமி எல்லா ஒன்னுதான். நீயும் சகியும் சந்தோஷமா இருந்தா அம்மாவுக்கு போதும். அவங்ககிட்ட போய் சரினு சொல்லு.”

“மோசஸ் பொண்ணுக்கு உடம்பு இப்போ எப்படி இருக்கு.”

“பரவால டாக்டர்கிட்ட காட்டுன. ஜுரம் விட்டுடிச்சி தூங்குறா. உள்ள வாங்க. உக்காருங்க. ஸ்டெல்லா அம்மா வந்துருக்காங்க பாரு. நீங்க இருங்க நா டீ போட்டுட்டு வரன்.”

“அட விடு பா டீ வேணா சும்மா தா வந்தன்.”

“சொல்லுங்க நாளைக்கு வேலைக்கு வரிங்கயில்ல.”

“ஆ வரன். செல்வாக்கு கல்யாணம் பண்ணிடலாம்னு இருக்க. அந்த பொண்ணு வீட்டுல ஒத்துக்கிட்டாங்களாம்.”

"ஓ நல்லதுங்க."

"கல்யாணத்துக்கு அப்பறம் தனியா போனுமா. நா சரினு சொல்லிட்ட."

"அவன் என்ன சொன்னா?"

"அவன் என்ன சொல்லுவா. ஒன்னு சொல்லல."

"......................"

"அம்மா அழாதிங்க பாத்துக்கலாம்."

"ஒன்னு.... யில்லப்பா. அவன் அவங்ககிட்ட அம்மாவ விட்டுட்டு தனியா வர முடியாதுனு சொல்லல பாத்தியா. அவனுக்காக நா எல்லாத்தையு கொடுத்த."

"விடுங்க எல்லாமே சரியாய்டும்."

"ச்சி.... ஷ்ஷ்.... அவன் சந்தோஷமா இருக்கட்டும். நா பாத்துப்பன். சரி நா சும்மா தா வந்தன். தண்ணீ கொடு..."

இருள் படர்ந்து மௌனமாக கிடந்த சாலையில் வீட்டை நோக்கி நடந்து கொண்டிருந்தாள். அவள் கண்ணீருக்கு அங்கு ரீங்காரமிடும் பூச்சிகளும் சகதியில் கத்தும் தவளைகளும் பதிலளித்துக் கொண்டிருந்தன.

***

செல்வா திருமணம் முடிந்தது. சகி நேராக புது வீட்டிற்கு சென்றாள். வாரத்தில் ஒரு முறையோ அல்லது இரண்டு வாரத்திற்கு ஒரு முறையோ அஃப்ரிடா அவர்களை சென்று பார்த்தாள். சகியின் வீட்டு மனிதர்கள் எந்நேரமும் அங்கு இருந்தனர். பின் மெதுவாக அங்கு செல்வதை தவிர்த்தாள். செல்வாவும் சகியும் வாரத்திற்கு ஒரு முறை அஃப்ரிடாவை வந்து பார்த்தனர். வாழ்க்கையின் நாட்கள் தொடரி கக்கும் புகையை போன்று கருமை படிந்து கிடந்தன. அவள் அனைத்து இலைகளும் கொட்டிய ஒற்றை வேப்ப மரம் போல் நின்றாள்.

***

"மோசஸ் இன்னைக்கு வேலைக்கு வரல. உடம்பு சரியில்ல."

“ஏ என்ன ஆச்சி. டாக்டர் கிட்ட போலாமா.”

“ஒன்னுமில்ல தலவலி தா. ஓய்வெடுத்தா சரியாய்டும். ஸ்டெல்லாவும் பொண்ணு என்ன செய்யுறாங்க. சும்மா இருந்தா கொண்டு வந்து விட்டுட்டு போயே. தனியா இருந்தா கண்ட மாறி யோசிக்குற. எதோ கண்ட கண்ட உருவலாம் தெரியுது. நீ வேலைய முடிச்சிட்டு போகும் போது கூட்டிட்டு போய்டு.”

“ஒனக்கு என்ன சாப்புட புடிக்கும்.”

“வெல்லம் பட்டனு தா புடிக்கும்”

“பொட்டுகடலை தா அப்படி சொல்லுறா.”

“ஓ... சரி எடுத்துட்டு வர. ஒனக்கு பூந்தி புடிக்குமா. செஞ்சி தரட்டா. அம்மா ஒனக்கு செஞ்சி தந்துருக்காங்களா.”

“தெரிலையே.”

“அதலா ஒன்னு வேணா மா. ஒன்னு சாப்பட மட்டா வீணாக்கிடுவா.”

“அதுல என்ன இருக்கு. சும்மா உக்கார முடியல. செஞ்சா வீட்டுக்கு எடுத்துட்டு போங்க.”

“அம்மா...”

“ம்ம்”

“கொஞ்ச நாள் எங்க வீட்டுல வந்து எங்க கூடயிருங்க. நாங்களு தனியா தான இருக்கோம். அவரும் கேக்க சொன்னாரு.”

“ஏ அல்லாஹ்... நிலா மாதிரி அழகாயிருக்க மா நீ. ரொம்ப சந்தோஷம். கூப்புடுறவ கூப்புடுலையே.”

“அம்மா அழாதிங்க...”

“நா அழலமா. என்னனு தெரியுல இப்போலா தானா கண்ணுல தண்ணீ வந்துடுது.”

***

“அவங்க மன அழுத்தத்துல இருக்காங்க. அதா ஹாலுசினேஷன் மாதிரி தெரியுது. மாத்துர தரலாம் ஆனா அதலா சரி பண்ணாது. கௌன்சிலிங் கொடுக்கலாம். அவங்க உலகம் ரொம்ப சின்னது. அதுல அவங்க பையன் மட்டு தா இருக்கான். அவங்களுக்கு அது புரியனும். அதுலந்து வெளிய வர முயற்சி செய்யனும். வேற வாழ்க்கைக்கு அவங்கள பழக்க படுத்திக்க சொல்லுங்க. சரி பண்ணிடலாம்.”

***

“பேசாம நீங்களே போய்ட்டு செல்வாகிட்ட பேசி பாருங்கள.”

“என்னனு பேசுறது. அதலா சொல்லாமலே தெரியனும். அதலா வேலைக்கு ஆகாது. வரனுனா அவனே வருவான். இல்ல அவ்வளவு தான். நா பாத்துக்குற வுடு.”

***

“மா இன்னைக்கு வேல முடிச்சிட்டு கடலுக்கு போலாமா. ரொம்ப நாள் ஆய்டிச்சி.”

“போலாமே.”

“யா அமைதியா நடந்து வரிங்க. உடம்பு எப்படி இருக்கு.”

“ஏ உடம்புக்கு என்ன. அது அப்படியே தா இருக்கு.”

“நா கௌன்சிலிங் கேட்டிருக்கேன். இந்த வாரத்துலந்து போலாம்.”

“கௌன்சிலிங்லா எதுக்கு நா நல்லாதாயிருக்க.”

“நீங்க நல்லாயில்ல. எனக்கு தெரியாதா. அம்மா இங்க பாருங்க நீங்க இன்னம் ஒரு இருவது வருசம் உயிரோடயிருப்பிங்கனு வச்சிக்கோங்க. இருக்குற காலம் நல்லாயிருக்கனு. செல்வாதா ஒங்களுக்கு எல்லா எனக்கு புரியுது. ஆனா நீங்க அதுலந்து வெளிய வரனும். அவன் கண்டிப்பா திரும்பி வருவான். அவனுக்கு கொஞ்சம் நேரம் கொடுங்க. நீங்க உங்க வாழ்க்கைய வாழுங்க. அவன நல்லபடியா வளத்திங்க இப்போ அவன் வாழட்டும். நீங்க தள்ளி நின்னு பாருங்க. அவன் நல்லாயிருக்கான். நீங்க உங்க வாழ்க்கைக்குள்ள வேற எதையாவது தேடி போங்க. நீங்க இப்படியே இருக்க முடியாதில்ல நீங்க இப்படியிருந்தா

அவனால நல்லாயிருக்க முடியாது. ஒரு குற்ற உணர்வுக்குள்ள அவன தள்ள போறிங்க. அதுக்காகதா இத்தன வருசம் அவனுக்காக எல்லாத்தையு விட்டுக்கொடுத்திங்களா. அம்மா செல்வா பத்தி யோசிக்காதிங்க. அவனே வேணுனா வரட்டும். செல்வாவோட வாழ்க்க உங்க வாழ்க்கயில்ல. நீங்க உங்க வாழ்க்கைய வாழுங்க. சனிகிழம கௌன்சிலிங் போலாம்."

***

"அனைவருக்கும் வணக்கம். எல்லா எப்படி இருக்கிங்க."

"நல்லாயிருக்கோம்."

"என்ன ஒருத்தர் மட்டும் தா சொல்லுறாரு."

"ஹஹஹ... நல்லாயிருக்கோம்..."

"மகிழ்ச்சி. இன்னைக்கி நம்ம கூட புதுசா நாலு பேர் சேந்திருக்காங்க. அஃப்ரிடா, தனீஷ், பட்டுராஜ், ஆசிஃப்."

"இன்னம் சத்தமா கை தட்டலாமே. ஆசிஃப் உங்கள பத்தி சொல்லுங்க."

"என்ன பத்தியா. நா ஆசிஃப்...."

"................."

"நாளைக்கும் வந்துடுங்க. நாளைக்கி மறக்காம எழுதுனத எடுத்துட்டு வாங்க. பாக்கலாம் நன்றி."

"அஃப்ரிடா எப்படி இருந்துச்சி. இங்க எல்லாரையு பேர் சொல்லி தா கூப்டனு. யாருக்கும் வயசாகல."

"அது பரவால. க்ளாஸ் நல்லாயிருந்துச்சி."

"நீங்களு நாளைக்கு எதாவது எழுதிட்டு வாங்க."

"என்ன எழுதுறது."

"எதாவது எழுதுங்க. என்ன தோனுதோ. காலைல எழுந்தோனே என்ன நனைக்கிறிங்களோ எழுதுங்க. கண்டிப்பா எழுதிட்டு வாங்க. நாளைக்கு பாக்கலாம்."

"சரி."

“எல்லாரும் எப்படி இருக்கிங்க?”

“நல்லாயிருக்கோம்.”

“சரி யாரு மொதல படிக்கிறா. பட்டுராஜ் படிக்கிறிங்களா.”

“நா எழுதனும் தா நெனச்ச எழுத வரல. ஆனா ஒரு கனவு வந்துச்சி. அத சொல்லிடலாம்னு வந்துட்டன்.”

“சரி சொல்லுங்க.”

“நா வானத்துல பறந்துகிட்டிருக்க. நேரா பறந்து ஒரு சாக்லேட் தோட்டத்துக்குள்ள போற. அங்க செடில எல்லா சாக்லேட்லா பூக்குது, மைசூர்பாக்கு, அதுரசம்மா மொளைக்குது. வேகமா போய் பறிக்கலாம் பாக்குற. முடியல யாரோ தடுக்குறாங்க. எவ்வளவு முயற்சி பண்ணாலு பறிக்க முடியல. யாரோ தடுத்துக்கிட்டேயிருக்காங்க. டக்குனு முழிப்பு வந்துடிச்சி.”

“அது வேற யாருமில்ல நா தான். யானா உங்களுக்கு சுகர் இருக்கு. சாக்லேட்லா சாப்புட கூடாது.”

“ஹஹஹ....”

“சரி அஃப்ரிடா நீங்க என்ன எழுதிட்டு வந்திங்க. படிக்கலாம்.”

“நானும் பெருசா ஒன்னு எழுதல. எழுதலாம்னு ரொம்ப நேரம் உக்காந்தன். ஆனா எழுத வரல.”

“சரி எழுதன வர படிங்க.”

“படிக்கனுமா. நா தர நீங்களே படிங்களே.”

“ஆமா படிக்கனு. நீங்க தா படிக்கனும். எல்லாரும் படிக்க சொல்லுங்க. ஒன்னுமில்ல முன்ன வாங்க.”

“படிங்க அஃப்ரிடா படிங்க.”

“இன்றும்...”

“ஆ படிங்க இன்றும்...”

“இன்றும் என் காதில் எதிரொலிக்கிறது...
என் முழங்கால் அளவு உயரம் இருக்கையில்...
ஆயிரம் முறை என்னை அழைப்பான்...
நான் ஏறிட்டுப் பார்க்கும் வரை”

“அவ்வளவு தான் என்ன எல்லா அமைதியா இருக்கிங்க.”

“வாவ்வ்.... ரொம்ப நல்லாயிருக்கு. நீங்க கவிதலா எழுதுவிங்களா.”

“கவிதையா சும்மா அப்படிலா ஒன்னுமில்ல. எனக்கு தோனுச்சி எழுதிட்ட. நா போலாமா.”

“உக்காருங்க. அடுத்து யார் வரா. இந்துமதி, சிவா வரிங்களா...”

“.... அடுத்த சனிக்கெழம பாக்கலாம். எல்லாரும் வந்துடுங்க. கண்டிப்பா எதாவது எழுதிட்டு வாங்க.”

“அஃப்ரிடா ரொம்ப நல்லாயிருக்கு நீங்க தொடர்ந்து எழுதுங்க. கத போல ஏதாவது எழுத பாருங்களன்.”

“கதையா நானே பெரிய கத தான்.”

“அத எழுதுங்க. கண்டிப்பா அடுத்த வாரம் எழுதிட்டு தா வரனும். எழுதும் போது வேற ஒரு உலகத்த உணரலாம். முயற்சி செஞ்சி பாருங்க.”

“சரி கண்டிப்பா எழுத முயற்சி செய்யுற. என்ன வருதோ எழுதிட்டு வரன்.”

அஃப்ரிடா தன்னை சமன் செய்து கொள்ள கடினமாக போராடினாள். காலை எழுந்தவுடன் கையேட்டை எடுத்துக் கொண்டு மாடத்தில் இரண்டு மணி நேரமாவது உட்கார்ந்திருப்பாள். கண்ணில் வழியும் நீர் பேனா மையுடன் கரைந்து ஓடும். பின் வேலைக்கு சென்றுவிடுவாள். தாமாகவே வேலையை இரவு வரை நீட்டித்து கொள்வாள். மோசஸுடன் செல்வதை தவிர்த்து தொடரி மூலமும் பேருந்து மூலமும் பயணிக்க தொடங்கினாள். பல மனிதர்களை அவர்களின் உணர்வுகளை பார்த்தபடியே நேரத்தை போக்குவாள். இரவு வீட்டை அடைந்தவுடன் மீண்டும் எழுத முயற்சிப்பாள்.

***

இரண்டு மாதங்கள் கடந்தன. ஒரு நாள் மோசஸை அழைத்து “ஸ்டெல்லாவையும் குழந்தையையும் கூட்டிட்டு வீட்டுக்கு வா. நா பிரியாணி செய்யுறேன்” என்றாள். அனைவருக்கும் பிரியாணியை பரிமாறினாள். அவளும் உண்டாள். குழந்தையுடன் விளையாடினாள்.

"இப்போலா நல்லா பசிக்குது மோசஸ். நல்லாயிருக்கு."

அவள் உற்சாகமாக காணப்பட்டாள். தனது கையேட்டை எடுத்து வந்து மோசஸிடம் கொடுத்தாள்.

"இத படிச்சி பாரேன். ஏதோ எழுதியிருக்க. எழுதும் போது நல்லாயிருக்கு."

அது ஒரு சிறுகதை. மோசஸ் படித்துவிட்டு தனக்கு தெரிந்த தோழி உதவியுடன் முன்னணி மின் பத்திரிக்கை ஒன்றில் பதிவேற்ற செய்தான். தனக்கு தெரிந்தவர்கள் மற்றும் ஸ்டெல்லாவிற்கு தெரிந்தவர்கள் என அனைவரிடமும் பேசி அஃப்ரிடாவை தொடர்பு கொண்டு "கதைய இப்போ தா படிச்சோம் ரொம்ப நல்லாயிருக்கு" என ரகசியமாக பேச வைத்தான்.

"மோசஸ் நெறைய போன் வருது. எல்லா கதைய படிச்சிட்டு நல்லாயிருக்குனு சொல்லுறாங்க. இவ்வளவு பேரா படிப்பாங்க."

"ம்ம் இதலா கம்மி. இன்னம் நறைய பேர் படிப்பாங்க. நாதா சொன்னேனே கத சமயா இருக்குனு. அந்த பத்திரிக்ககார இன்னம் நெறையா கத கேக்குறா. நா அவங்ககிட்ட பேசிட்டு சொல்லுறனு சொன்ன. தொடர்ந்து எழுதுங்க."

தொடர்ந்து கதைகளை கொடுக்க தொடங்கினாள். அழைப்புகளும் வந்து கொண்டேயிருந்தன. நாட்கள் மென்மையாக அவளை வருடியபடி சென்றது.

***

"கதையலா புத்தகமா போடலாம். பதிப்பகத்துகிட்ட பேசுவோம்."

"அச்சிக்கு வர அளவுக்கு நா ஒன்னு பெருசா எழுதலையே."

"ச்சி யார் சொன்னா மொக்க மொக்கையா எழுதிட்டு புக்கல்லா போடுறாங்க. உங்களுக்கு என்ன. தெனமு எவ்வளவு பேர் பேசுறாங்க."

"நன்றி மோசஸ்."

"எதுக்கு?"

"எனக்கு தெரியு நீ தா எல்லாரையு பேச வைக்கிறனு."

"எப்படி தெரியு, யார் சொன்னா?"

"தெரியும்."

"அம்மா நா மொத கதைக்கப்பறம் பெருசா யாரையு பேச சொல்லல. அடுத்தடுத்து எல்லாரு தானா பேசுனாங்க. உங்க எழுத்து வாழ்க்கைய பேசுதானு தெரியுல. ஆனா யாருக்காவது தேவப்படலாம்."

***

ஒரு வருடம் கடந்தது. அஃப்ரிடா அவள் அழுத்தங்களை எழுத்தாக கரைக்க கற்றுக்கொண்டாள். அவள் அனுபவம் மூலம் பலருடன் பேசி அவர்களுக்கும் வழிகாட்டி கொண்டிருந்தாள். அவளின் இரண்டு புத்தகங்கள் வெளிவந்து கணிசமான கவனத்தையும் ஈர்த்திருந்தன.

"மோசஸ் எங்க இருக்க."

"வீட்டுக்கு வந்துட்டன் சொல்லுங்க."

"செல்வா கூப்புட்டிருந்தான். அமெரிக்கால வேல கெடச்சிருக்கான். சகிய கூட்டிட்டு போறனு சொன்னான். நா போடா என்ன இப்போனு சொல்லிட்ட. டக்குனு கொரலே காணோம். அமைதியா ஆய்ட்டான். என்ன நா என்ன விட்டுட்டு போறியேனு அழுது பொலம்புவனு நனைச்சிகிட்டானா..."

"சரி மா நல்லபடியா போய்ட்டு வரட்டும்."

"நல்லபடியா போய்ட்டு வரட்டும். அவன் என்னைக்காவது ஒரு நாள் வருவானு எதிர் பாக்குற மோசஸ். அவனுக்கே தோனுனா வரட்டும்."

"கண்டிப்பா வருவாமா."

அவளால் செல்வாவை எப்பவும் மறந்துவிட முடியாது. அவளின் எல்லாமும் அவன் தான். அவள் எங்கெங்கோ ஓடினாள். செல்வாவின் இருப்பை தவிர்க்க புதிது புதிதாக எதை எதையோ தேடி அவளுக்குள் புதைத்து கொண்டாள்.

ஆனால் அவளின் அடி ஆழத்தில் செல்வாவிற்காகவும் அவன் வருகைக்காகவும் அவள் காத்துக்கொண்டுதானிருந்தாள். இப்போது அவனிடம் சொல்ல அவளிடம் நிறைய கதைகள் இருக்கின்றன. அவளின் இருசக்கர வாகனத்தில் அவனை உட்காரவைத்தபடி பல கிலோமீட்டர் அவளால் சுற்ற முடியும். வேதனையின் எல்லை கோட்டை தொட்ட அவள் அதை மகிழ்வாக மாற்றும் மந்திரத்தை அவனுக்கு கற்று தர முடியும்.

நாட்கள் இறக்கை கட்டிக்கொண்டு பறந்தன. மாதங்களில் என்றாவது ஒரு நாள் செல்வா அஃப்ரிடாவை அழைப்பான். "மா எப்படி இருக்க" என்பான். "எனக்கென்ன" என்பாள். சில மாதங்கள் கழித்து "சகி மாசமா இருக்காமா" என்றான்.

"ஹா அல்லாஹ்க்கு நன்றி."

"நாங்களா உன்ன மிஸ் பண்ணுறோ மா."

"பாத்து பத்துரமா இரு பா. சகிய நல்லா பாத்துக்கோ."

பின் ஒரு நாள் அழைத்தான்.

"வீடியோ கால் வாமா. எங்க இருக்க."

"வரன். கூப்புடு."

"மா பைய பொறந்துருக்கா. பாரு உன்ன மாதிரி தா ஏ கண்ணுக்கு தெரியுறான்."

"சந்தோஷம் பா. அம்மாவுக்கு ரொம்ப நிம்மதி. சகிய பாத்துக்கோ."

அவளின் வதனம் வரி வரியான கோடுகளால் நிறைந்துகிடந்தன. சாம்பல் பூத்துக்கிடந்த முடியை கொண்டையிட்டுக்கொண்டு திக்ருவை* ஓதத் தொடங்கினாள்.

***

"யாழ்வன் எப்படி இருக்கான்."

"நல்லா இருக்கா மா. நீ எப்படி இருக்க."

"எனக்கென்ன பா."

“அம்மா நாங்க திரும்ப சென்னை வரோம்.”

“நல்லதுபா பத்தரமா வாங்க.”

“மா நம்ம எல்லா ஒன்னா இருக்கலா. நம்ம நாலு பேரும்.”

“சரி பா.”

“நாங்க வர வெள்ளிக்கிழம வரோமா. நீ ஏர்போர்ட் வந்துடு. உன்ன பாக்கனு.”

“வரன் பா.”

***

சிறிது கூன் விழுந்த முதுகோடு வற்றிய அவளின் இரு கைகளையும் காற்றில் தூக்கினாள். நேரெதிராக செல்வாவும் சகியும் பன்னாட்டு வானூர்தி நிலைய வாயிலை கடந்து வெளியே வந்து கொண்டிருந்தனர். அவர்கள் தள்ளி கொண்டு வரும் வண்டியின் முன்பக்க கூடை மேல் நான்கு வயது சிறுவன் ஒருவன் நின்றபடி “ஆயா ஆயா” என கைகளை அசைத்தான். அவளின் முகம் ஓவியமாக சிரித்தது. குழி விழுந்த கண்கள் நீரை கொட்டின. அவளின் இத்தனை வருட காத்திருப்பு நேரெதிராக வந்து அவளை அணைத்துக்கொண்டு முத்தமிட்டது.

***

ஸுப்ஹாம் ரப்பியல் அளீம்
ஸுப்ஹாம் ரப்பியல் அளீம்
ஸுப்ஹாம் ரப்பியல் அளீம்
அல்லாஹு அக்பர்
அல்லாஹு அக்பர்...

***

* திக்ரு (மனம் அமைதி அடைந்தால் அல்ல அமைதியடைய வேண்டி, இறைவனுக்கு நன்றி தெரிவிக்க ஓதப்படுவது...)

* வியளம் (துக்க செய்தி)

* ஸுப்ஹாம் ரப்பியல் அளீம் (மகத்தான எனது இறைவன் மிகவும் தூயவன்)